நட்புன்னா என்ன சும்மாவா!!

சுதா சுரேஷ்

நட்புன்னா என்ன சும்மவா!!
கதை
ஆசிரியர் : சுதா சுரேஷ் ©
முதல் பதிப்பு : ஜூன் 2022
வெளியீடு : ஏலே பதிப்பகம்
5/175, பாத்திமா நகர், கூத்தென்குழி,
திருநெல்வேலி - 627104
தொடர்புக்கு : +91 9944992571

Natpunaa Enna Chummavaa!!
Story
by Sudha Suresh ©
First Edition : June 2022
Pages: 109
ISBN : 978-93-5533-369-8
Aelay Publish
Contact : +91 9944992571
Designed by : Aelay publish team

எழுத்துலக பயணத்தின் இந்த முதல்
வெற்றியை என் பெற்றோர்களுக்கும் அந்த
கடவுளுக்கும் சமர்ப்பணம் செய்கிறேன்.

பாகம் - 1

அந்த ஆளுயர கண்ணாடியில் மற்றும் ஒரு முறை தன்னை முழுமையாக பார்த்துக் கொண்டாள் தாரிகா.

நல்ல வட்ட வடிவ முகம். சிவந்த நிறம். மையிட்ட பெரிய துடிப்பான கண்கள். ரோஜாப்பூ போன்ற உதடுகள். கொஞ்சம் உப்பிய அழகான கன்னங்கள். லைட் பிஸ்தா கலரில் ஜரிகையுடன் கூடிய பிரவுன் கலர் பார்டரில் அமைந்திருந்த அந்த காட்டன் சேலையில் வானத்தில் இருந்து இறங்கி வந்த தேவதை போல், பார்ப்பவரை பிரம்மிக்க வைக்கும் அழகுடன், கண்ணுக்கு குளிர்ச்சியாய் லட்சணமாய் காட்சி அளித்தாள் தாரிகா.

கண்ணாடியில் பார்த்தவளுக்கு, மிகவும் திருப்தியாய் இருந்தது தன் அழகைக் கண்டு.

'சேலை ரொம்ப சூப்பரா இருக்கு. பிஸ்தா கவரும் அதுக்கு பிரவுன் பார்டரும் ரொம்ப ஆப்டா தான் இருக்கு. சும்மா சொல்லக்கூடாது. சங்கீதா வோட செலக்சன். ஏ ஒன்..' மனதிற்குள் நினைத்துக் கொண்டாள்.

பிறகு நேரத்தைப் பார்த்து விட்டு, அவசர அவசரமாக ஹாண்ட் பேக் ஐ தோளில் மாட்டிக் கொண்டு தன் அறையை விட்டு வெளியே வந்தாள்.

"அம்மா.. நான் கிளம்பறேன் மா.." கத்தினாள் தாரிகா.

"ஏண்டி இப்படி கத்தறே?.." என்றபடி சமையல் அறையில் இருந்து வெளியே வந்தாள் நந்தினி, தாரிகா வின் அன்னை.

"ஏண்டி சாப்பிட வேணாமா?.. இந்தா சாப்பிட்டு போ.." என்று தட்டில் இரண்டு இட்லியையும் தக்காளி சட்னியையும் ஊற்றி கையில் கொடுத்தாள்.

"அம்மா, லேட்டாச்சு ம்மா.. வேண்டாம்மா.."

"ஏண்டி, ரெடி பண்ணிக்க இவ்ளோ நேரம் பண்றே?.. அப்ப எல்லாம் நேரம் தெரியல்லியா டி உனக்கு?.. சாப்பிடாம போக்கூடாது இந்தா.."

அதற்குள் உள்ளே இருந்து வந்த சங்கர், தாரிகாவின் தந்தை..

"சாப்பிடாம போகக்கூடாது ம்மா தாரிகா. ஒரு ரெண்டு இட்லி சாப்பிட உனக்கு எவ்ளோ நேரம் ஆகப்போகுது?.. காலையில சாப்பிடாம வயித்துக்கு பட்டினி போடக்கூடாது.. அது உடம்புக்கு நல்லது இல்ல.."

"அய்யோ அப்பா.. போதும், நான் சாப்பிட்டே போறேன் பா.. அம்மா, குடும்மா.." என்று நந்தினியின் கையில் இருந்த தட்டை வாங்கிக் கொண்டு சாப்பிட ஆரம்பித்தாள் தாரிகா.

ஒரு இரண்டு விள்ளல் இட்லி உள்ளே சென்றவுடன் தான் தாரிகாவுக்கு, பசி வயிற்றைக் கிள்ளுவது தெரிந்தது. இரண்டு இட்லி முடித்து விட்டு இன்னும் இரண்டு கேட்டு வாங்கினாள்.

"யாரோ டிம்பனே வேண்டாம் னு சொன்ன மாதிரி இருந்தது?.. எங்க அவங்க?.. ஆளையே காணோம்?.." நந்தினி கிண்டல் செய்தாள்.

"அம்மா, என்னம்மா நீ?.... போம்மா, அப்பா, பாருங்கப்பா அம்மாவை.." என்று தன் தந்தையை ஆதரவுக்கு அழைத்தாள் தாரிகா.

"ஏண்டி குழந்தையை இப்படி கேலி பண்ற?.."

"ஆமா குழந்தை.. சின்ன பப்பா தான் போங்க.. இன்னைக்கி காலேஜ் கடைசி நாள் உனக்கு.. உன் வயசு என்னன்னு ஞாபகம் இருக்கா டி உனக்கு?.."

"எத்தனை வயசானா என்னம்மா?.. நான் உங்க ரெண்டு பேருக்கும் குழந்தை தானேம்மா?.. அது சரி.. இந்த சேலை எப்படி இருக்கும்மா?.. நல்லா இருக்கா?.."

"சூப்பரா இருக்கு டி. இதில நீ ரொம்ப அழகா இருக்க. இந்த சேலை தானாடி நீ சொன்ன?.."

"ஆமாம்மா.. இது தான் நானும் என் ஃபிரண்ட்ஸ் எல்லாருமா சேர்ந்து ஒரே மாதிரி வாங்கினது.. எனக்கும் ரொம்ப பிடிச்சிருக்கு ம்மா. சங்கீதாவோட செலக்சன். இதில நான் சூப்பரா இருக்கேன் ல.."

"ஆமாடி என் கண்ணே பட்டுடும் போல இருக்கு.."

சிரித்தாள் தாரிகா. அவளின் குழி விழுந்த கன்னம் அவளுடைய அழகை இன்னும் கூட்டியது. அதை அப்படியே கிள்ளி முத்தம் தந்தாள் நந்தினி.

"நேரத்துக்கு வீட்டுக்கு வந்து சேரு டி தாரிகா. கடைசி நாள்னுட்டு பிழிய பிழிய அழுதுட்டு லேட் பண்ணாதீங்க எல்லாரும்.."

"சரிம்மா நான் கிளம்பறேன்..அப்பா போயிட்டு வர்றேன் பா.."

"சரிம்மா, பத்திரமா போயிட்டு வா.." விடையளித்தார் சங்கர்.

தன் டூவீலரை எடுத்துக் கொண்டு கிளம்பினாள் தாரிகா.

தாரிகா காரைக்குடியில் இருக்கும் ஒரு கலைக் கல்லூரியில் பி.எஸ்.சி கணிதம் படித்துக் கொண்டு இருக்கிறாள். இறுதி வருட படிப்பு முடிவுற்று, அன்று கல்லூரியின் கடைசி நாள். ஃபேர்வெல் பார்ட்டி நடக்க இருக்கிறது.

அது ஆண்கள், பெண்கள் என்று இருபாலாரும் சேர்ந்து படிக்கும் கல்லூரி. அதில் தாரிகாவும் அவளுடைய நண்பர்களும் சேர்ந்து ஒரு பத்து பேர் அடங்கிய குழு எப்போதும் கல்லூரியில் இணைந்தே இருப்பார்கள்.

தாரிகா, சங்கீதா, சரவணன், அபிமன், நித்யா, ராகவ், கல்பனா, திவாகர், திலீபன், காயத்ரி.. இவர்கள் பத்து பேரும் சேர்ந்து தான் க்ரூப் ஸ்டெடி பண்ணுவார்கள். ஒருவருக்கு ஏதாவது பிரச்சினை என்றால் மற்ற அனைவரும் சேர்ந்து அதை சரி செய்ய முயற்சி செய்வார்கள். இவர்களுடைய நட்பு அனைவருடைய வீட்டிற்கும் தெரியும்.

அன்று ஃபேர்வெல் பார்ட்டியில் இவர்கள் ஐந்து தோழிகளும் சேர்ந்து ஒரே மாதிரியான சேலை உடுத்த வேண்டும் என்பதற்காகவே கடை கடையாய் அலைந்து திரிந்து வாங்கி இருந்தார்கள்.

தாரிகா கல்லூரியில் நுழையும் போதே காயத்ரியும் பின்னாடியே வந்து சேர்ந்தாள்.

"ஹே காயூ, வந்துட்டியா டி?.. மத்தவங்க எல்லாம் வந்திருப்பாங்களா?.."

"தெரியல டி.. ராகவ் வந்துட்டான். எனக்கு அப்பவே கால் பண்ணான்.. இன்னும் யாரும் வரல ன்னு.. உள்ளே போனா தான் டி தெரியும்.. வேற யாரு வந்திருக்கா ன்னு.."

பேசிக் கொண்டே இருவரும் தங்கள் வண்டிகளை பார்க் பண்ணி விட்டு கிளம்பினார்கள்.. கல்பனாவும் வந்து சேர்ந்தாள்.

"ஹேய், சாரி சூப்பரா இருக்கு ல்ல?.."

"ஆமா டி, எல்லாருக்கும் ரொம்ப அழகா இருக்கு.."

"ஆமா டி, இந்த புடவை செலக்ட் பண்றதில சங்கீதாவை மிஞ்ச ஆள் கிடையாது டி.."

மூவரும் பேசிக் கொண்டு இருக்கும் போது,
வாசலில் சரவணனும் சங்கீதாவும் ஒரே வண்டியில் நுழைந்து கொண்டு இருந்தனர்.

"ஹாய் கய்ஸ்.." அனைவரும் ஒருவரையொருவர் சிரித்துக் கொண்டே வரவேற்றுக் கொண்டனர்.

"என்னடா சரவணா, ரெண்டு பேரும் ஒரே வண்டியில வந்துட்டீங்களா.. வீடு பக்கத்தில இருக்கிறது நல்லதாப் போச்சு இல்ல?.." காயத்ரி கேட்டாள்.

"ஆமாடி, நீங்க என்ன எல்லாரும் ஒரே மாதிரி சேலையில அசத்துறீங்க?.. சரி வாங்க, உள்ளே போவோம். எல்லா கொரங்குகளும் வந்துட்டாங்களா என்னன்னு பார்ப்போம்.."

உள்ளே இவர்கள் நுழையும் போது, ஓரளவுக்கு கூட்டம் நிரம்பி இருந்தது. தங்கள் பட்டாளத்தை சுற்றிலும் தேடினர். ராகவ் அவர்களைப் பார்த்து விட்டு கையசைத்தான். பக்கத்தில் வந்து அனைவரும் சேர்ந்து கொண்டனர். அடுத்த ஐந்து நிமிடங்களில் அபிமன் வந்து விட்டான். அடுத்தடுத்து நித்யாவும் திலீபனனும் வந்து இவர்களுடன் இணைந்து கொண்டனர்.

"என்னடா, இந்த சோம்பேறி திவாகரை மட்டும் இன்னும் காணோம்.." தாரிகா சொல்லவும்..

"அவன் எப்பவும் இப்படி தான்.. எல்லாத்திலேயும் லேட் பண்ணுவான்.." திலீபன் சொல்ல..

"சரி இருங்க பார்ப்போம் வந்துருவான் பாவம்.." காயத்ரி அவனுக்கு பரிந்து பேசினாள்.

அடுத்த கால்மணி நேரம் கடந்தும் அவன் வரவில்லை.

"டேய் ராகவா, அவனுக்கு ஒரு ஃபோன் போட்டு பாருடா.." கல்பனா அவசரப் படுத்தினாள்.

"இன்னைக்கி நமக்கு காலேஜ் கடைசி நாள். அப்புறம் எப்ப சந்திப்போம் னு தெரியல. இன்னைக்கி பார்த்து இந்த பிசாசு இவ்ளோ லேட் பண்ணுது ன்னு பாரு.." தாரிகா அங்கலாய்த்தாள்.

ராகவ் ஃபோன் செய்து லைன் கிடைக்காமல் அந்த கூட்டத்தில் இருந்து வெளியே சென்றான். திரும்பி வந்தவன்..

"டேய் மச்சான், அவனோடது லைனே கிடைக்கல டா. நாட் ரீச்சபிள் னே வருது.."

"சரி சரி வெயிட் பண்ணுவோம். வந்துருவான்.."

இருபது நிமிடம் கழித்து வியர்க்க விறுவிறுக்க வேகமாக வந்தான் திவாகர். அவனை கண்டது தான் தாமதம்..

"டேய் பன்னி, ஏண்டா இவ்வளவு நேரம்?.."

"டேய் லூசு, அறிவிருக்காடா உனக்கு?.."

"சரியான சோம்பேறி டா நீ.."

"இன்னைக்கும் இப்படி லேட் பண்ணுவியா டா?.. எருமை எருமை.."

ஆளாளுக்கு அவனை அடிக்காத குறை தான்.

"எல்லாரும் பேசி முடிச்சிங்களா டா?.. நீங்க ஏண்டி சொல்ல மாட்டீங்க?.. நடு ரோட்ல வண்டி பங்ச்சர் ஆகி நின்னு, அதை சரி பண்ணிட்டு வர்றதுக்குள்ள நான் பட்ட பாடு எனக்கு தானே தெரியும்?.." திவாகர் கோவத்துடன் சொல்லவும்..

"சரிடா சரி, கோச்சுக்காத, உன் கஷ்டம் புரியுது.. உட்கார்ந்து கொஞ்சம் ரிலாக்ஸ் பண்ணிக்க.." தாரிகா அவனை சமாதானப் படுத்தினாள்.

"உனக்கு ன்னு ஏதாச்சும் பிரச்சினை வருது டா.." நித்யா பரிதாபமாக சொன்னாள்.

"சரி சரி விடுங்க, அது தான் வந்துட்டான் ல.. எல்லாரும் ஒரே மாதிரி ட்ரஸ் பண்ணனும் னு சர்ப்ரைஸா ஏதோ வாங்கி வச்சிருக்கீங்க ல்ல, போயி அதை மாத்திட்டு வாங்க போங்க.." கல்பனா சொல்லவும்..

"ஆமாடா வாங்க, இந்த அஞ்சு குரங்குங்க மட்டும் வீட்ல இருந்து வற்றப்பவே சொல்லி வச்சி ஒரே மாதிரி சேலையை கட்டிட்டு வந்து, பார்க்கிற எல்லாரையும் அசத்திட்டு இருக்காங்க. வாங்கடா நாங்களும் மாத்திட்டு வந்து பட்டையை கிளப்புவோம், வாங்க டா.." சரவணன் அனைவரையும் கிளப்பிக் கொண்டு சென்றான்.

"வெயிட் பண்ணுங்க கேர்ல்ஸ்.. எப்படி அசத்தலா வர்றோம் னு மட்டும் பாருங்க.."

உற்சாகத்துடன் சென்றனர்.

"அப்படி என்ன ட்ரஸ் தான் வாங்கியிருக்காங்களோ டி.."

"ஆமா சர்ப்ரைஸ் பண்றோம் னு ரொம்ப தான் அலட்டிக்கிறாங்க.."

"சரி டி, பார்ப்போம்.."

தோழிகள் ஐந்து பேரும், தங்கள் நண்பர்களின் வருகைக்காக ஆவலுடன் காத்துக் கொண்டு இருந்தனர்.

பாகம் - 2

கல்லூரியில் ஃபேர்வெல் பார்ட்டி நடந்து கொண்டிருக்க, தோழிகள் ஐவரும் தங்களின் நண்பர்கள் அணிந்து வரப்போகும் உடையைப் பார்க்க ஆவலுடன் காத்துக் கொண்டு இருந்தனர்.

"ஏய், இன்னும் என்னடி பண்றாங்க இவங்க?.. ட்ரஸ் மாத்த இவ்ளோ நேரமா எடுக்கும்?.."

"ஆமாடி ஆனாலும் ரொம்ப தான் பண்றானுங்க.."

"வரட்டும், அப்படி என்ன தான் போட்டு வர்றாங்க ன்னு பாப்போம்.."

"ஏய், கடைசியில கோமாளிங்க மாதிரி ட்ரஸ் பண்ணிட்டு வரப்போறாங்க ன்னு நினைக்கிறேன் டி.."

அனைவரிடமும் இருந்து 'க்ளுக்' என்று சிரிப்பு சத்தம் வந்தது.

சிறிது நேரத்தில் நண்பர்கள் அனைவரும் ஒருவாறாக வந்தனர்.

"ஹாய் ஹாய் கேர்ல்ஸ்.."

பெண்கள் அனைவருக்கும் நிஜமாகவே அவர்களைக் கண்டு ஆச்சர்யமாகவும் அதிசயமாகவும் இருந்தது.

"டேய், எல்லாரும் சூப்பரா இருக்கீங்க டா.." தாரிகா வியப்பு மாறாமல் கூறினாள்.

"எப்படி டா இப்படி எல்லாம் யோசனை பண்ணீங்க?.." சங்கீதா சந்தோஷம் மேலிட கூவினாள்.

"பார்த்தீங்க ல்ல, எப்படி ஜம்முனு வந்துருக்கோம்னு?.." திலீபன் சிரித்துக் கொண்டே தன் சட்டை காலரை தூக்கி விட்டுக் கொண்டான்.

இவர்கள் மட்டும் இல்லாமல், அங்கு அனைவரின் கண்களும் இவர்களையே மொய்த்துக் கொண்டிருந்தது.

நண்பர்கள் ஐந்து பேரும், நமது பாரம்பரிய உடையான வேட்டியும், சந்தன கலரில் முழுக்கை சட்டையும் அணிந்து பார்ப்பதற்கே சும்மா கெத்தாக இருந்தனர்.

"சரி டி, இப்படி எவ்ளோ நேரம் வாயைப் பொளந்து பார்த்துட்டே இருக்கப் போறீங்க?.. வாயில ஈ நுழைஞ்சிரப் போகுது. வாயை மூடுங்க.." ராகவ் கிண்டல் அடித்தான்.

"ரொம்பவும் தான் பிகு பண்ணாதீங்க டா.." நித்யா அவன் முதுகில் செல்லமாய் தட்டினாள்.

"சரி, வாங்க எல்லாரும். ஒரு செல்ஃபி எடுக்கலாம்.." அபிமன் அழைத்தான்.

அனைவரும் சேர்ந்து வெவ்வேறு விதங்களில் ஃபோட்டோ எடுத்துக் கொண்டனர்.

அதற்குள் மேடையின் திரைச்சீலை விலகியது.

"ஹாய் ஃபிரண்ட்ஸ், வெல்கம்.." அவர்களின் வகுப்பு நண்பன் சந்தோஷ் அனைவரையும் வரவேற்றான். அவன் தான் பொறுப்பேற்று இந்த நிகழ்ச்சியை ஏற்பாடு செய்து இருந்தான்.

"இன்னைக்கி நமக்கு கல்லூரியோட கடைசி நாள். இவ்வளவு நாள் நாம எல்லாரும் சேர்ந்து இருந்தோம்.இப்ப பிரியப் போறோம். உங்களுக்கு ஏதாவது சொல்லணும் னு தோணலாம். அப்படி சொல்ல நினைக்கிறவங்க இங்கே மேடையில வந்து சொல்லலாம். பாட்டு பாடலாம். கவிதை சொல்லலாம். என்ன வேணும்ன்னாலும் செய்யலாம். இன்று தம்முடைய நாள். வாங்க ஃபிரண்ட்ஸ்.." என்று சொல்லி விட்டு கீழே இறங்கினான். அனைவரும் கைதட்டி ஆரவாரம் செய்தனர்.

முதலில் ஒரு மாணவன் வந்து நட்பை பாராட்டும் விதமாக ஒரு பாடல் பாடினான்.

முஸ்தபா முஸ்தபா டோண்ட் வொர்ரி முஸ்தபா..
காலம் நம் தோழன் முஸ்தபா..
டே பை டே டே பை டே..
வாழ்க்கை பயணம் டே பை டே..
மூழ்காத ஷிப்பே ஃபிரண்ட்சிப் தான்..
ஜூலை பிறக்கும் ஜூலை பிறக்கும்..
ஜூனியருக்கும் சீனியருக்கும்..
கல்லூரி வாசல் வந்தால் ராகிங் நடக்கும்..
ஸ்டூடன்ட்ஸ் வனமோ நந்தவனமே..
ரோஜா இருக்கும் முள்ளும் இருக்கும்..
நட்புக்கு ராகிங் கூட பாதை வகுக்கும்...
அன்றும் வரலாம் இன்றும் வரலாம்..
நண்பன் ஒருவன் பங்கு பெறலாம்..
வானுக்கும் எல்லை உண்டு நட்புக்கில்லையே...
ஓ ஹோ ஹோ ஹோ ஹோ ஓ ஹோ ஹோ ஹோ..

அனைவரும் கோரஸாக பாட ஆரம்பித்தார்கள். அனைவரது கண்களில் இருந்தும் கண்ணீர் வழிந்தது.

அடுத்ததாக ஒரு மாணவன் ஏறி மிமிக்ரி செய்தான்.

இன்னொரு மாணவன், தான் யாருக்கேனும் எப்போதாவது மனம் காயப்படுத்தும் விதமாக ஏதாவது பேசி இருந்தால் மன்னித்து விடுமாறு சொல்லி மன்னிப்பு கோரினான். அனைவரும் அழுதே விட்டனர்.

அடுத்ததாக தாரிகா எழுந்து ஒரு கவிதை வாசித்தாள்..

ஒரு கூட்டு பறவைகளை போன்று..
ஒன்றாக இருந்தோம்..
சிரித்தோம் சண்டையிட்டோம் அழுதோம்..
பிரிந்தோம் சேர்ந்தோம்..
ஒன்றாக படித்து நிறையவே கற்றோம்..

இன்று சிறகு முளைத்து..
வானத்தில் பறக்கப் போகிறோம்..
மீண்டும் எப்போது இணைவோம்?..

கவிதையை படித்து விட்டு வருத்தத்துடன் மேடையில் இருந்து
இறங்கினாள்.

பிறகு அபிமன் ஒரு பாட்டு பாடினான்..

மனசே மனசே மனசின் பாரம்..
நண்பர் கூட்டம் பிரியும் நேரம்..

அவன் இந்த பாடலை பாடி முடித்ததும் அரங்கமே சிறிது நேரம்
அமைதியாகி விட்டது. மௌனமாகவே தங்கள் வருத்தத்தை
கரைத்துக் கொண்டனர்.

பிறகு ஆசிரியர்களும் பேசினர். தலைமை ஆசிரியர் பேசும்
போது..

"மாணவர்களே, இங்கிருந்து செல்ல உங்களுக்கு இப்போதைக்கு
வருத்தமாக இருந்தாலும், உங்களின் அடுத்த இலக்கை நோக்கித்
தான் நீங்கள் பயணம் செல்ல ஆரம்பிக்கிறீர்கள் என்பதை புரிந்து
கொள்ளுங்கள். வாழ்க்கையில் நீங்கள் அனைவரும் மிகுந்த
உயரத்திற்கு வர வேண்டும் என்பது தான் எனது ஆசையும்
விருப்பமும். அதை கண்டிப்பாக நீங்கள் செய்வீர்கள் என்று
நம்புகிறேன். அதற்கு உங்கள் அனைவருக்கும் என்
ஆசிர்வாதங்கள். கடவுளும் உங்களுக்கு துணை இருப்பார். ஆல்
த பெஸ்ட் கய்ஸ்.."

என்று அனைவருக்கும் வாழ்த்து கூறி தன் உரையை முடித்துக்
கொண்டார்.

பிறகு அனைவரும் சாப்பிடச் சென்றார்கள். எதுவும் பேசத்
தோன்றாமல் அமைதியாகவே இருந்தனர் அனைவரும்.

"ஏண்டா ஒண்ணும் பேச மாட்டேன்றீங்க?.. ஏதாவது பேசுங்க டா. மனசு ரொம்ப கஷ்டமா இருக்கு. நீங்களாவது பேசுங்களேன் டி.." தாரிகா தான் அந்த மௌனத்தை தாங்க முடியாமல் உடைத்தாள்.

"என்னடி பேசச் சொல்ற?.. எல்லாருக்குமே மனசு பாரமா இருக்கிறதில பேச்சே வர மாட்டேங்குது டி.." கல்பனா கொஞ்சம் விட்டால் சத்தமாகவே அழ ஆரம்பித்து விடுவாள் போன்று இருந்தாள்.

சூழ்நிலையை இயல்பு நிலைக்கு கொண்டு வர, ராகவ் தான் ஆரம்பித்தான். முதலில் தன்னை உற்சாக நிலைக்கு கொண்டு வந்தான்..

"ஓகே கய்ஸ், இப்ப நாம பிரிஞ்சா என்ன?.. அப்புறம் பார்த்துக்க மாட்டோமா என்ன?.. சார் சொன்ன மாதிரி, நாம நம்மளோட அடுத்த கட்டத்துக்கு போகப்போறோம். அதுக்கு தான் இந்த பிரிவு.. சோ, கமான் கய்ஸ், சியர் அப். சரி சொல்லுங்க, இப்ப எல்லாரோட அடுத்த பிளான் என்னன்றதை பத்தி டிஸ்கஸ் பண்ணுவோம். ஓகேவா?.."

அடுத்த பிளானைப் பற்றி கேட்டவுடன் அனைவரும் கொஞ்சம் உற்சாகம் ஆகி விட்டார்கள்..

"நான் அடுத்து எம்.பி.ஏ பண்ணப்போறேன்.." அபிமன் உற்சாகத்துடன் கூறினான்.

"நானும் எம்.பி.ஏ தான் சேரப்போறேன்.." இது சரவணன்.

திலீபனும் திவாகரும் எம்.எஸ்.சி படிக்கப் போவதாக கூறினார்கள்.

பெண்களில் கல்பனா மட்டும் மேற்படிப்பு படிக்கப் போவதாக கூறினாள்.

"நான் எல்லாம் ஏதாச்சும் ஒரு கம்ப்யூட்டர் கோர்ஸ் படிச்சிட்டு ஏதாவது சின்ன வேலை கிடைச்சா கூட போயிருவேன்.." இது நித்யா.

"நான் எங்கேயாவது நர்சரி ஸ்கூல் ல டீச்சர் வேலைக்கு போகலாம்னு இருக்கேன் டா.." என்றாள் சங்கீதா.

"நான் எங்கேயும் போகல. வீட்ல அப்பா அம்மாவோட தான் இருக்கப் போறேன். சமையல் கத்துக்கப் போறேன். ரெண்டு வருஷம் கழிச்சு ஒரு பெரிய குடும்பத்தில கல்யாணம் பண்ணிட்டு, மாமனார், மாமியார், நாத்தனார், கொழுந்தனார் னு எல்லாருக்கும் வகை வகையா ருசியா சமையல் பண்ணி போடப்போறேன். எனக்கு இப்படி கூட்டுக் குடும்பமா நிறைய மனுஷங்க இருக்கிற வீட்டுக்கு மருமகளா போகணும் னு ரொம்ப ஆசை. சூப்பரா இருக்கும் ல?.." இது காயத்ரி. வேகமாக படபடவென்று கூறி முடித்தாள்.

"ம்ம்.. அப்புறம் தாரிகா நீ என்ன பண்ணப்போற?.." திலீபன் கேட்டான்.

"எனக்கு மேல ஏதாவது படிக்கணும் னு தான் ஆசை. ஆனா அப்பாவும் அம்மாவும் கரஸ் ல பண்ணச் சொல்றாங்க. ஒரு வருஷம் கழிச்சு நல்ல வரனா வந்தா கல்யாணம் முடிக்கணும், அப்புறமா கூட படிச்சிக்கலாம் னு சொல்றாங்க. நானும் ஓகே சொல்லிட்டேன்.."

சொல்லி விட்டு ராகவனிடம் கேட்டாள்..

"நீ என்னடா பண்ணப்போற?.. எதுவும் சொல்ல மாட்டேன்ற?.."

"நானும் எம்.பி.ஏ படிச்சிட்டு அப்பாவோட பிசினஸ் எடுத்து நடத்தப் போறேன்.."

"சோ, நாம எல்லாரும் ஏதாச்சும் ஒரு எய்ம் வச்சிருக்கோம். இல்லியா?.. அதில இப்ப கான்சன்ட்ரேட் பண்ணுவோம். எப்படியும் கேர்ல்ஸ் எல்லாருக்கும் எங்களுக்கு முன்னாடி

மேரேஜ் ஆயிரும். அப்ப எல்லாம் எங்களை இன்வைட் பண்ணுவீங்க ல்ல?.. அப்ப எல்லாரும் சேருவோம் சரியா?.." அபிமன் கேட்டான்.

"ஆமாடா நீ சொல்றது சரி தான். அப்ப மீட் பண்ணுவோம்.." நித்யா சொன்னாள்.

"நீங்க சொல்றது எல்லாம் சரி தான். ஆனா எல்லாரும் அப்ப எங்க இருப்போம் னு சொல்ல முடியாது ல்ல. உங்களுக்கு தான் தெரியுமே, நான் லண்டன் போய் படிக்கப் போறேன் டா. அப்படி ஒவ்வொருத்தர் ஒவ்வொரு இடத்தில இருந்தா எல்லாரும் சேர்றது என்றது முடியாத காரியம் டா.." சரவணன் இப்படி சொல்லவும்..

"ஓ அப்படியா சொல்ற?.." ராகவன் கேட்டான்.

எல்லாரும் யோசிக்க ஆரம்பித்தார்கள்.

அதற்குள் அனைவரும் சாப்பிட்டு முடித்து எழுந்து கை கழுவச் சென்றனர். திரும்பி வரும் போது பார்த்தால், ஒரு ஓரத்தில் அமர்ந்து சங்கீதா அழுது கொண்டு இருந்தாள். சரவணன் அருகில் அமர்ந்து அவள் கண்ணீரை துடைத்து சமாதானம் செய்து கொண்டு இருந்தான்.

"அழாத டி.. நீ அழுதா எனக்கும் மனசு கஷ்டமா இருக்குல்ல. ஏண்டி இப்படி பண்ற?.."

அந்த நண்பர்கள் குழுவில் சரவணனும் சங்கீதாவும் காதலர்கள். இவர்கள் இருவரும் பக்கத்து பக்கத்து வீடுகளில் இருப்பதால், சிறு வயது முதலே இருவரும் நல்ல நண்பர்கள். அந்த நட்பே அவர்களுக்குள் காதலாக மலர்ந்து இருந்தது. இது நண்பர்கள் அனைவருக்கும் மட்டும் அல்ல, இரண்டு பேருடைய வீடுகளிலும் இவர்களுடைய காதல் பற்றி தெரியும். அவர்களும் இவர்களுடைய காதலுக்கு பச்சைக்கொடி காட்டி விட்டனர். படிப்பு முடிந்து நல்ல வேலையில் அமர்ந்த பிறகு திருமணம்

நடத்துவது என்றும் இரு வீட்டாரும் சேர்ந்து பேசி முடிவெடுத்து விட்டனர்.

"ஏண்டி அழறே இப்ப?.." அனைவரும் இவர்களை சூழ்ந்து கொண்டனர்.

"ஆமா நான் ஊருக்கு போப்போறேன்ல, அது தான் இப்பவே அழ ஆரம்பிச்சிட்டா.." சரவணன் பதில் கூறினான்.

"அழாத டி. ரெண்டு வருஷம் தானே.. அப்படியே அங்கேயே வேலை கிடைச்சிட்டா வந்து உன்னை கல்யாணம் பண்ணிட்டு, உன்னையும் அங்கேயே கூட்டிட்டு போப்போறான்.. அழாதே டி ஹூசு.." தாரிகா சொல்லவும்..

"அது தானே, இதுக்கு போய் யாராவது அழுவாங்களா?.." நண்பர்கள் அனைவரும் கூறினர்.

"அழுமூஞ்சி... போதும் டி. கண்ணை துடை. எங்க சிரி பார்ப்போம்.." சரவணன் சொல்லவும் சங்கீதாவும் சிரித்து விட்டாள்.

"ம்ம்.. இதை இதை இதைத்தான் எதிர்பார்த்தேன்.." சரவணன் சிரித்துக் கொண்டே கேலியாக கூறவும்..

"போடா ராஸ்கல்.." சிரித்துக் கொண்டே சிணுங்கினாள் சங்கீதா.

"ஓகே கய்ஸ்.. நான் ஒரு ஐடியா பண்ணிருக்கேன். இனிமே நாம ஒவ்வொருத்தரும் ஒவ்வொரு பக்கம் போப்போறோம். எப்ப மீட் பண்ணுவோம் னு தெரியாது. எல்லாருமே மீட் பண்ணுவோமா ன்னும் தெரியாது. சோ நாம ஒண்ணு பண்ணுவோம். இன்னையில இருந்து சரியா இருபது வருஷம் கழிச்சு, நியூ இயர் அன்னைக்கு, நாம எல்லாரும் பக்கத்தில இருக்கிற முருகன் கோவில்ல மீட் பண்ணுவோம். எல்லாரும் எங்கே இருந்தாலும் கண்டிப்பா வரணும். சரியா?.. என்ன சொல்றீங்க?.." ராகவன் இப்படி கூறவும்..

"டேய், சூப்பர் ஐடியா டா.. எனக்கு ஓகே.."

"எனக்கு டபுள் ஓகே.."

அனைவரும் இதை ஆமோதித்தனர். இருபது வருடங்கள் கழித்து நியூ இயர் அன்று முருகன் கோவிலுக்கு வர ஒத்துக் கொண்டனர்.

பிறகு அனைவரும் மன பாரத்துடன் விடைபெற்றுக் கொண்டு கிளம்பினர்.

பாகம் - 3

தாரிகா, அவள் வீட்டில் ஒரே செல்லப்பெண். சங்கர், நந்தினி தம்பதியர், திருமணம் ஆகி பல வருடங்கள் குழந்தை இல்லாமல் கோவில் குளம் என்று ஏறி இறங்கி, கிடைத்த ஒரே செல்ல மகள்.

சிறு வயதில் இருந்தே அவளுக்கு கேட்டது எல்லாம் கிடைத்து விடும். தாரிகாவும் தன் தாய் தந்தையின் மனம் கோணாதவாறு நடந்து கொள்வாள். தன் பெற்றோர் எது செய்தாலும் தன்னுடைய நல்லதுக்கு தான் செய்வார்கள் எனும் உயரிய எண்ணம் கொண்டவள்.

தாரிகா, தான் இன்னும் மேல் படிப்பு படித்து வேலைக்கு செல்ல வேண்டும் என்று தான் ஆசைப்பட்டாள். ஆனால் சங்கருக்கும் நந்தினிக்கும், அவளுக்கு நல்ல இடத்தில் திருமணம் முடித்து வைக்க வேண்டும் என்று ஆசை. எதுவும் சரியான நேரத்தில் காலம் கடத்தாமல் செய்ய வேண்டும் என்று விரும்பினர்.

அது தான் தாரிகாவிடம்..

"மேல் படிப்பு தபால்ல கூட படிக்கலாம் மா தாரிகா. கல்யாணம் முடிஞ்சு கூட உன் படிப்பை தொடரலாம் மா.." என்று கூறினர்.

"அப்படி எல்லாம் படிக்க ஒத்துப்பாங்களா ப்பா?.."

"நீ என்ன டி எந்த காலத்தில இருக்க தாரிகா?.. இப்ப எல்லாம் இது ரொம்ப சாதாரணம். அந்த மாதிரி ஒரு நல்ல மாப்பிள்ளையா பார்க்கலாம் தாரிகா, சரியா?.."

"ஆமாம்மா, இப்ப எல்லாம் பசங்க ரொம்ப மாறிட்டாங்கம்மா. ஒண்ணும் பிரச்சினை இல்ல. கல்யாணத்துக்கு அப்புறம் கூட நீ தாராளமா படிக்கலாம்.. நீ நினைக்கிறத செய்யலாம். சரி தானே?.."

"அப்படின்னா சரிப்பா. உங்க இஷ்டம்.."

"தபால்ல படிக்க ஆரம்பிம்மா. நடுவில செமினார் மட்டும் போக வேண்டியதா இருக்கும்..."

"ம்ம்..ஆமாப்பா. நான் அப்ளை பண்ணிர்றேன் ப்பா.."

நாட்கள் நகர்ந்தன வேகமாக. தாரிகா எம்.பி.ஏ படிக்க ஆரம்பித்து விட்டாள். புத்தகங்கள் எல்லாம் வந்து விட்டன. மிகவும் உற்சாகமாக படித்தாள். ஒரு வருடம் கடந்த நிலையில் அன்று ஒரு நாள் தாரிகாவின் தாய் நந்தினி அவளிடம் வந்து ஒரு ஃபோட்டோவை கொடுத்தாள்.

"இந்தாடி தாரிகா. இந்த பையனை பிடிச்சிருக்கா ன்னு பாரு இந்தா.." என்று சொல்லி விட்டு போய் விட்டாள்.

தாரிகாவுக்கு அந்த பையனைப் பார்த்ததும்..

'பார்த்த முகம் மாதிரி தெரியுதே.. யாரு?..' என்று யோசிக்க ஆரம்பித்தாள். அவளுக்கு ஞாபகத்தில் புலப்படவில்லை. வெகு நேர யோசனைக்குப் பின் ஒரு வழியாக அவளுக்கு நினைவு வந்தது..

'ஓ இவன் செந்தில் இல்லையா?.. இவன் எப்படி?..'

உடனே வேகமாக, சமையல் செய்து கொண்டு இருந்த தன் அம்மாவிடம் ஓடிச் சென்றாள்..

"அம்மா.. அம்மா.."

"என்னடி, என்ன ஆச்சு?.. ஏன் இப்படி இவ்ளோ வேகமா ஓடி வர்ற?.. கொஞ்சம் மெதுவா தான் வாயேன் டி.. சரி சரி, சொல்லு. என்ன விஷயம்?.."

"அம்மா அது வந்தும்மா, ம்ம்.. வந்து.." சரியாக வார்த்தை வராமல் மென்று முழுங்கினாள் தாரிகா.

இவள் தயங்குவதை பார்த்து புரிந்து விட்டது நந்தினிக்கு.

"சொல்லுடி என்ன?.. ஃபோட்டோல இருக்கிற அந்த பையனை எங்கேயோ பார்த்த மாதிரி இருக்கா?.."

"ம்ம்.. ஆமாம்மா.. யார்ம்மா அது?.. உங்களுக்கு எப்படி?.." என்று இழுத்தாள்.

"பையன் பேரு செந்தில். காலேஜ்ல உனக்கு சீனியராம் இல்ல.. அவங்கள்ா உன்னை பொண்ணு கேட்டு வந்துருக்காங்க.. நீ நல்லா பார்த்துட்டு யோசனை பண்ணி சொல்லு. உன் காலேஜ்ல படிச்சவன்னா உனக்கும் தெரிஞ்சிருக்கும்ல.. அவசரம் இல்ல. நல்லா யோசிச்சு பதில சொல்லு. சரியா?.."

தாரிகா தனது அறைக்கு வந்தாள். மீண்டும் அந்த புகைப்படத்தை எடுத்து பார்த்தாள். அவளுக்கே தெரியாமல் அவளுடைய உதட்டோரத்தில் மெல்லியதாய் ஒரு புன்னகை மலர்ந்தது.

"செந்தில்.. செந்தில்.."மறுபடி மறுபடி உச்சரித்து பார்த்தாள் அவன் பெயரை. கல்லூரியில் நடந்த கடந்த கால நினைவுகளில் மூழ்கிப் போனாள் தாரிகா.

தாரிகா, கல்லூரியில் சேர்ந்த முதல் நாள் அன்று தான் செந்தில் ஐ முதன் முதலாக பார்த்தாள். செந்தில் கல்லூரியின் இறுதி ஆண்டில் இருந்தான்.

முதலாம் ஆண்டு மாணவ மாணவிகள் அனைவரும் கல்லூரியின் உள்ளே நுழைந்து கொண்டு இருந்தார்கள். இறுதி ஆண்டு மாணவர்கள் சிலர் அங்கு நின்று, வரும் புது மாணவ மாணவிகளை ராகிங் செய்வதற்கு, ஒவ்வொருவரையும் தடுத்து நிறுத்திக் கொண்டு இருந்தனர்.

ஒரு மாணவி காகம் போல கா..கா..கா.. என்று கத்திக் கொண்டே இருந்தாள். இன்னொரு மாணவன் அங்கேயே கீழே தரையில் உட்கார்ந்து கொண்டு சரிகமப என்று பாடிக் கொண்டு இருந்தான். அதெல்லாம் பார்ப்பதற்கு காமெடியாக

இருந்தாலும், புது இடம், புது மனிதர்கள் என்பதால், ராகிங் செய்பவர்களை கண்டு பயத்தில் மிரண்டு கொண்டு இருந்தனர் புது மாணவ மாணவிகள்.

அந்த நேரத்தில் உள்ளே நுழைந்த தாரிகா, என்ன செய்வதென்று தெரியாமல் பதட்டமாக சுவற்றில் ஒட்டியபடி நின்று கொண்டு இருந்தாள். ஒரு மாணவன் தவளை போன்று சுற்றி வந்து கொண்டிருந்தான். அங்கு நின்றிருந்த தாரிகாவின் பக்கத்திலும் வந்தான். உடனே சீனியர் மாணவன் ஒருவன் தாரிகாவை அழைத்தான். அவள் பயந்து கொண்டே முழித்துக் கொண்டு இருந்தாள்.

அப்போது அங்கு வந்த செந்தில், இதையெல்லாம் பார்த்து விட்டு, தன் வகுப்பு மாணவர்களிடம் இருந்து அவர்களை காப்பாற்றும் பொருட்டு..

"ஏண்டா இப்படி பயமுறுத்துறீங்க?.. பாவம் இன்னைக்கி தானே வர்றாங்க.." என்று சொல்லி விட்டு..

"நீங்க எல்லாம் போங்க.. ப்ளீஸ் கிளாஸ் க்கு போங்க எல்லாரும்.." என்று எல்லாரையும் அனுப்பி வைத்தான்.

பிறகு கல்லூரி வளாகத்தில் எப்பொழுதாவது இருவரும் பார்த்துக் கொண்டாலும், அவனும் ஒதுங்கிப் போய்விடுவான். இவளும் அவன் பக்கம் திரும்பி கூட பார்க்காமல் வந்து விடுவாள்.

மற்றொரு முறை ஒரு நாள் மாலை நேரம், தாரிகா கல்லூரி முடிந்து தன் வண்டியில் சென்று கொண்டு இருந்தாள். சிறிது தூரம் தான் சென்றிருப்பாள்.. அங்கு நடைபாதையில் ஒரு குழந்தை தனியாக நின்று அழுது கொண்டு இருந்தது. பக்கத்தில் பெரியவர்கள் யாரும் இல்லை. சுற்றி சுற்றி பார்த்துக் கொண்டே விடாமல் அழுதது குழந்தை.

தாரிகா அந்த குழந்தையை கண்டு பதறிப் போனாள். குழந்தையின் பெற்றோரை தேடி எப்படியாவது அவர்களிடம

அந்த குழந்தையை ஒப்படைக்க வேண்டும் என்கிற முடிவுடன் வண்டியை நிறுத்திவிட்டு இவள் செல்வதற்குள், அழுது கொண்டிருந்த அந்த குழந்தையை தன் கையில் தூக்கிப் பிடித்துக் கொண்டு இருந்தான் ஒரு இளைஞன். அவன் வேறு யாருமில்லை. செந்தில் தான். தாரிகா, அவன் பக்கம் செல்லாமல், தேவைப்பட்டால் போகலாம் என்று தன் இடத்திலேயே நின்று பார்த்துக் கொண்டு இருந்தாள் அவன் என்ன செய்கிறான் என்று.

அவன் குழந்தையை தூக்கியவாறு, சில அடிகள் நடந்தான். அதற்குள் அங்கு ஒரு இளைஞனும் ஒரு யுவதியும் பரபரப்புடன் ஓடி வந்தார்கள். அந்த குழந்தையின் பெற்றோர் போலும் என்று நினைத்துக் கொண்டாள் தாரிகா.

குழந்தை அவர்களை கண்டவுடன் தன் மழலை சொற்களால் "ம்மா..ம்மா.." என்று அழைத்தவாறு தாயிடம் தாவியது, அந்த தாயும் குழந்தையை பாய்ந்து அவனிடம் இருந்து வாங்கிக் கொண்டாள்.

"என்னங்க நீங்க, குழந்தையை இப்படி அலட்சியமா தனியா விட்டுருக்கீங்க?.." என்று கோவமாக கேட்டாள்.

"இல்லங்க.. இங்கே பக்கத்தில தான் இளநீர் வண்டி வந்தது ன்னு வாங்கி குடிச்சிட்டு இருந்தோம். குழந்தை கூடவே பக்கத்தில தான் நின்னுட்ருந்தான். திடீர்னு அவன் பாட்டுக்கு கொஞ்ச தூரம் நடந்து வந்துட்டான். சாரிங்க, ரொம்ப தேங்க்ஸ்.. நல்ல வேளை நீங்க பார்த்து தூக்கி வச்சிருந்தீங்க. இல்லேன்னா என்ன ஆயிருக்கும்?.. நினைக்கவே பயமா இருக்குங்க.. ரொம்ப தேங்க்ஸ். அந்த கடவுள் தான் உங்களை அனுப்பியிருக்கார்.." என்று அந்த பெற்றோர் அவனை கையெடுத்து கும்பிட்டனர்.

அப்போது இருந்து தாரிகாவுக்கு செந்தில் மேல் ஒரு பெரிய மரியாதையே வந்து விட்டது.அடிக்கடி மனதில் அவன் வந்து போய் கொண்டு இருந்தான்.

ஆனால் தாரிகா உடனே தன்னை மாற்றிக் கொண்டாள். அவனை நினைக்கக் கூடாது என்று தன் மனதிற்கு தானே தடை விதித்துக் கொண்டாள். எக்காரணத்தைக் கொண்டும் இந்த காதலில் எல்லாம் விழுந்து விடக்கூடாது என்பதில் திடமாய் இருந்தாள். பிறகு கொஞ்சம் கொஞ்சமாய் நாளடைவில் அவனை முழுவதுமாய் மறந்தே விட்டிருந்தாள்.

ஆனால் இப்போது பார்த்தால் திடீரென்று, அவனுடைய புகைப்படத்தை காட்டி, இவனை உனக்கு பிடித்து இருக்கிறதா என்று கேட்டால்,.. அவளுக்கு ஒரே ஆச்சரியமாக இருந்தது.

புகைப்படத்தை மீண்டும் பார்த்தாள். அவள் மனதில் பட்டாம்பூச்சி பறந்தது. படபடவென்று அடித்துக் கொண்டது. செந்தில் தான் தனக்கு வரப்போகும் மாப்பிள்ளையா?..

நினைக்கும் போதே முகம் வெட்கத்தால் சிவந்தது தாரிகாவுக்கு..

பாகம் - 4

தாரிகா வைத்த கண் வாங்காமல் அந்த புகைப்படத்தையே பார்த்துக் கொண்டு இருந்தாள். புகைப்படத்தில் இருந்த செந்தில் திடீரென்று உயிர்பெற்று இவளைப் பார்த்து சிரித்துக் கொண்டே கண் அடித்தான்.

தாரிகாவுக்கு தூக்கிவாரிப் போட்டது. அவனைப் பார்த்து முறைத்தாள்.

"என்னை பிடிச்சிருக்கா தாரிகா உனக்கு?.."

அவள் ஒன்றும் பேசாமல் தலை குனிந்தாள்.

"எனக்கு உன்னை ரொம்ப பிடிச்சிருக்கு. உன்னை பார்த்த முதல் நாளே நான் உன்னை காதலிக்க ஆரம்பிச்சிட்டேன். தெரியுமா?.."

"நிஜம்மாவா?.."

"ஆமா.. நீயும் தானே?.."

இவளும் வெட்கத்துடன் 'ஆம்' என்று தலை அசைத்தாள்.

அதற்குள் நந்தினியின் குரல் வெளியில் இருந்து கேட்டது..

"தாரிகா, ஏய் தாரிகா, உன்னை அப்பா கூப்பிட்றாரு டி வா வா.."

"இதோ வர்றேன் ம்மா.." என்று சொல்லிக் கொண்டே புகைப்படத்தை தலையணைக்கு அடியில் வைத்து விட்டு ஓடினாள்.

"என்னம்மா?.."

"இந்தா அப்பா கூப்புட்றாரு பார்.."

ஹாலில் சோஃபாவில் அமர்ந்து இருந்த தன் தந்தை சங்கரிடம் வந்தாள் தாரிகா.

"அப்பா, என்னப்பா?.. கூப்டீங்களா?.."

"ஆமாம்மா இங்க வந்து உட்காரு வா. உன் கிட்ட கொஞ்சம் பேசணும் டா.." என்று சோஃபாவில் தன் எதிரில் அமரச் சொன்னார்.

"நந்தினி நீயும் வா. முக்கியமான விஷயம் பேசறப்ப நீ இருக்க வேணாமா.. வா வா, நீயும் வந்து உட்காரு.."

தாரிகாவுக்கு, தன் தந்தை தன்னிடம் என்ன பேசப் போகிறார் என்பது ஓரளவு யூகிக்கவே செய்தாள்.

'செந்தில் ஐப் பற்றி தான் கேட்கப் போகிறார். அவளுக்கு கூச்சமாக இருந்தது. எப்படி பதில் சொல்வது?..' என்று யோசனையுடன் இருந்தாள்.

அதற்குள் சங்கர், "தாரிகா, தாரிகா.." என்று இரண்டு முறை அழைத்து விட்டார். மூன்றாவது அழைப்பில் திடுக்கிட்டு அவரை பார்த்தாள்..

"என்னப்பா சொல்லுங்க.."

"அப்படி என்னம்மா பலமா யோசிச்சிட்டு இருக்க?.."

"ஒண்ணும் இல்ல ப்பா. சொல்லுங்க.."

"அம்மா உன் கிட்ட ஒரு பையனோட ஃபோட்டோ குடுத்தால்ல. நீ பார்த்தியா ம்மா அந்த பையனை?.. உனக்கு பிடிச்சிருக்கா?.."

"அப்பா அது வந்து.."

"பையன் காலேஜ்ல படிக்கிறப்பவே உன்னை பார்த்துட்டு ரொம்ப பிடிச்சு போச்சாம் அவனுக்கு. ஆனா அந்த வயசுல இதெல்லாம் வேண்டாம்.. படிச்சு முடிச்சு நல்ல வேலையில அமர்ந்தப்புறம் பெரியவங்க கிட்ட சொல்லி மேற்கொண்டு பேசணும் னு அந்த பையன் நினைச்சிருக்கான். அதே மாதிரி மேல் படிப்பும் படிச்சிட்டு, நல்ல வேலையும் கிடைச்சிருச்சு. இப்ப பையன் ஜெர்மனி ல இருக்காராம். நல்ல வேலையில செட்டில் ஆனப்புறமா தன்னோட அப்பா அம்மா கிட்ட விவரத்தை சொல்லி இருக்கார். அவங்களும் நம்மளை பத்தி விசாரிச்சிட்டு இப்ப அவங்களே நேரடியா உன்னை பொண்ணு கேட்டு தெரிஞ்சவங்க மூலமா அனுப்பி இருக்காங்க. எனக்கு பையனோட இந்த அப்ரோச் தான் ரொம்ப பிடிச்சிருக்கு ம்மா. அந்த நேரத்தில உன் கிட்ட காதலை சொல்லி, படிப்பை எல்லாம் கெடுத்துக்காம, சம்பாதிக்க ஆரம்பிச்சப்புறம் பெரியவங்க மூலமா வந்துருக்கான் பாரு, இந்த குணம் எனக்கு பிடிச்சிருக்கு. குடும்பமும் நல்ல குடும்பமா இருக்காங்க. ரெண்டு பசங்க. பெரிய பையனுக்கு கல்யாணம் ஆயிடுச்சு. இவர் சின்னவர். எனக்கும் உங்க அம்மாவுக்கும் இந்த இடம் பிடிச்சு போச்சும்மா. நீயும் சம்மதம் சொல்லிட்டா இந்த பையனையே பேசி முடிச்சிரலாம்மா. நீ என்ன சொல்ற?.."என்று நீளமாக கூறி முடித்தார்.

அவருடைய குரலிலேயே தெரிந்தது, அவருக்கு எந்த அளவு பிடித்திருக்கிறது என்று. மிகவும் உற்சாகமாக காணப்பட்டார்.

"சொல்லும்மா, உன் அபிப்ராயத்தை சொல்லு.."

"அப்பா, படிப்பு.." என்று மெதுவாக கேட்டாள்.

"அதெல்லாம் ஒண்ணும் பிரச்சினை இல்ல ம்மா.. பையன் இப்ப ஊரில இருந்து வந்துருக்காராம். இப்போதைக்கு நிச்சயம் மட்டும் பண்ணிக்கலாம். உனக்கு இன்னும் பத்து மாச படிப்பு தானே ம்மா பாக்கி இருக்கு. அப்புறமாவே கல்யாணம் வச்சிக்கலாம் னு சொல்லிட்டாங்க.. உனக்கு இப்ப சந்தோஷம் தானே?.. மேற்கொண்டு பேசலாம் தானே?.."

"சரிப்பா, உங்க இஷ்டம் ப்பா.."

"எங்க இஷ்டம் மட்டும் பத்தாது ம்மா தாரிகா. உனக்கு பையன பிடிச்சிருக்கா சொல்லு.."

"ம்ம்.. பிடிச்சிருக்கு ப்பா.." மெல்லிய குரலில் வெட்கத்துடன் சொல்லி விட்டு உள்ளே ஓடினாள்.

"பாருங்க, எவ்வளவு வெட்கப்படறா னு.."

சிரித்துக் கொண்டே சந்தோஷத்துடன் கூறினாள் நந்தினி.தன் மகளுக்கு நல்ல வரனாக, அதுவும் தாரிகாவுக்கு தெரிந்த பையனாக, அனைவருக்கும் மனசுக்கு பிடித்த மாதிரி அமைந்ததில் அவளுக்கு அவ்வளவு மகிழ்ச்சி.

உடனே சங்கர் ஆக வேண்டிய காரியங்களை தடபுடலாக செய்ய ஆரம்பித்தார். முதலில் மாப்பிள்ளை வீட்டில் இருந்து பெண் பார்க்க வரச் சொல்லி அழைப்பு விடுத்தார்.

அவர்களும் இதை எதிர்பார்த்துக் கொண்டு இருந்தவர்களாக, அடுத்த இரண்டாம் நாளே நல்ல நாளாக இருப்பதால், அன்றே வருவதாக தகவல் தந்தனர்.

தாரிகாவுக்கு ஒரே படபடப்பு. இத்தனை வருடங்கள் கழித்து செந்தில் ஐ சந்திக்கப் போகும் சந்தோஷம் ஒரு பக்கம், அவனிடம் என்ன பேசுவது, எப்படி பேசுவது என்கிற வெட்கம் கலந்த தயக்கம் ஒரு பக்கம் என்று அவளை பலவிதமான உணர்வுகள் ஆட்டிப் படைத்தது.

அந்த இரண்டு நாளும் அவன் நினைவாகவே இருந்தாள். கல்லூரியில் படிக்கும் போதிருந்தே அவன் அவளை விரும்பி இருக்கிறான் என்பது அவளுக்கு மிகவும் ஆச்சரியமாக இருந்தது. நேருக்கு நேராக பார்க்கும் சந்தர்ப்பம் கூட அவ்வளவாக அமைந்ததில்லை. ஆனால் அவன் எப்படி என்னை?..

அவனுடைய நினைப்பே அவளுக்கு ஒருவித உவகையை தந்தது. அந்த இரண்டு நாளும் சரியாக சாப்பிட முடியாமல், தூங்க முடியாமல், அவள் பட்ட அவஸ்தை இருக்கிறதே, அப்பப்பா.. எப்பொழுது தான் அவனை சந்திப்போம்.. என்று மிகவும் ஏங்கித் தான் போய்விட்டாள் தாரிகா.

அந்த நாளும் வந்தது. மயில்கழுத்து நிறமும் மெரூன் கலரில் பார்டரும், சேலை முழுவதும் கண்ணாடி வேலைப்பாடுகளுடன் கூடிய ஒரு பட்டுச் சேலையும், கழுத்தில் அதற்கேற்ற வகையில் நெக்லஸும் காதில் தொங்கட்டானும் என்று கொள்ளை அழகுடன் இருந்தாள் தாரிகா.

"என் கண்ணே பட்டுடும் போல இருக்கு நந்தினி. நம்ம பொண்ணு எப்படி இருக்கா பாரு.. சுத்திப் போடு அவளுக்கு. குழந்தையை யாராச்சும் கண்ணு வச்சிராம.." என்று மகளைப் பார்த்து பெருமையுடன் சொன்னார் தன் மனைவியிடம்.

எதிர்பார்த்துக் கொண்டு இருந்த அந்த நேரமும் வந்தது. செந்தில் தன் தாய் தந்தையுடன் காரில் வந்து இறங்கினான். அனைவரையும் வரவேற்று உபசரித்தார்கள் சங்கரும் நந்தினியும்.

தாரிகாவும் உள்ளிருந்து வந்தாள். செந்தில் உடைய தாய் தந்தைக்கும் தாரிகாவை பார்த்தவுடன் மிகவும் பிடித்து விட்டது. அவளை பக்கத்தில் அழைத்து உட்கார வைத்துக் கொண்டாள் செந்திலின் அம்மா.

செந்திலும் தாரிகாவும் ஒருவரையொருவர் பார்த்துக் கொண்டார்கள். செந்தில் அவள் கண்களையே பார்த்துக் கொண்டு இருந்தான். தாரிகாவுக்கு அவனை நேருக்கு நேர் பார்க்க முடியாமல் கூச்சத்தில் தலையை குனிந்து கொண்டாள்.

பிறகு செந்தில் தாரிகாவிடம் தனியாக பேச வேண்டும் என்று கூறினான். அதனால் அவர்கள் இருவரையும் தாரிகாவின் அறைக்கு அனுப்பி வைத்தார்கள்.

"உட்காருங்க.." என்றாள் தாரிகா.

"நீயும் உட்காரு தாரிகா. நீ இதை எதிர்பார்த்தியா?.."

'இல்லை' என்பது போல் தலையை ஆட்டினாள் தாரிகா.

"நான் உன்னை 'தாரு' ன்னு கூப்டலாமா?.."

அவள் சரி என்று தலை அமைக்கவும்..

"உன்னை காலேஜ் ஃபர்ஸ்ட் டே ல பார்த்த அன்னைக்கே உன் கிட்ட என் மனசை பறி கொடுத்துட்டேன் தாரு. அதிலேயும் நீ பயந்துட்டே சுவத்தை ஒட்டி நின்னுட்ருந்தே பாரு, அதிலேயே அப்பவே நான் உன் கிட்ட விழுந்துட்டேன்.. ஆனா எனக்கு அப்ப இருந்தே இந்த காதல்ல எல்லாம் விழுறதுக்கு இஷ்டமில்ல. அது தான் அதுக்கான நேரம் வரட்டும் னு வெய்ட் பண்ணேன். ஆனா நீ தான் என் மனைவி ன்னு நான் அப்பவே டிசைட் பண்ணிட்டேன்.."

தாரிகா ஒன்றும் பேசாமல் முகம் சிவக்க வெட்கத்துடன் அமர்ந்து இருந்தாள்.

"என்ன தாரு, பேச மாட்டியா?.."

"இல்ல, என்ன பேசறது ன்னு தெரியல.." மெல்லிய குரலில் சொன்னாள்.

"ஏதாச்சும் பேசு.. உன்னை பிடிச்சிருக்கு டா ன்னு சொல்லு. இல்ல ன்னா உன்னை பிடிக்கல டா ன்னு சொல்லு.."

"அய்யோ இல்லல்ல.."

"ஓ அப்ப பிடிச்சிருக்கு ன்னு சொல்றியா?.."

"போங்க செந்தில்.." என்று சிரித்துக் கொண்டே கூறினாள்.

"அப்ப உனக்கும் என்னை பிடிச்சிருக்கு. அப்படித்தானே?.."

"ம்ம்.."

"அப்பாடா..இப்ப தான் எனக்கு நிம்மதியா இருக்கு. அது சரி, நீ என் கிட்ட ஏதாவது சொல்லணும், கேக்கணும் னு நினைக்கிறியா?.. உங்கப்பா உன் படிப்பு விஷயமா சொன்னாரு. அது ஒண்ணும் பிரச்சினை இல்ல தாரு. உன் ஸ்டடிஸ் முடிஞ்சப்புறமாவே கல்யாணத்தை வச்சிக்கலாம். அதுக்கு அப்புறம் வேலைக்கு போறதெல்லாம் உன் இஷ்டம். உனக்கு போகணும் னா போ. இல்ல வேண்டாம் னு தோணிச்சு ன்னாலும் சரி தான். அது உன்னோட சாய்ஸ். எதுவா இருந்தாலும் ஓகே.."

"இல்ல, அப்பா அம்மாவுக்கு நான் ஒரே பொண்ணு. ஜெர்மனி ல எத்தனை வருஷம்?.."

"எனக்கும் அங்கேயே செட்டில் ஆக எல்லாம் இஷ்டமில்ல தாரு. ஒரு மூணு வருஷமோ நாலு வருஷமோ இருந்துட்டு அப்புறம் இங்கே வந்துரலாம். சரியா?.. இப்ப உனக்கு சந்தோஷம் தானே?.."

"ம்ம்.. ஓகே.."

இருவரும் அறையை விட்டு வெளியே வந்தனர். அவர்களுடைய முகத்தில் இருந்த சந்தோஷத்தை பார்த்தே அவர்களுக்கு மனப்பூர்வமான சம்மதம் என்பதை தெரிந்து கொண்டனர் பெரியவர்கள்.

உடனே நிச்சயதார்த்தத்திற்கு நாள் குறித்தார்கள். அடுத்த ஒரு வாரத்தில் ஒரு நல்ல நாளை குறித்து, செந்தில் வீட்டினர் கிளம்பிச் சென்றார்கள்.

இந்த நல்ல செய்தியை தன் தோழிகளிடம் சொல்வதற்கு தன் அலைபேசியை எடுத்துக் கொண்டு உள்ளே சென்றாள் தாரிகா.

பாகம் - 5

கல்லூரி இறுதி நாளின் போது நண்பர்கள் அனைவரும் கூறிய தங்களது அடுத்த திட்டத்தின் படி, வாழ்க்கையின் அடுத்த கட்டத்தை நோக்கி தங்களின் பயணத்தை துவங்கி இருந்தார்கள்.

சரவணன் தன் மேற்படிப்புக்காக லண்டன் சென்று விட்டான். ராகவ் வும் தன்னுடைய எம்.பி.ஏ படிப்பிற்காக கனடா சென்று விட்டான். அபிமன், திலீபன், திவாகர் மூவரும் சென்னையில் வெவ்வேறு கல்லூரிகளில் எம்.பி.ஏ, எம்.எஸ்.சி என்று படித்துக் கொண்டு இருந்தனர்.

பெண்களில் கல்பனா மட்டும் தன்னுடைய மேல் படிப்புக்கு, ஹைதராபாத்தில் தன் சகோதரி இருப்பதால் அங்கு ஒரு கல்லூரியில் சேர்ந்து விட்டிருந்தாள். சங்கீதா தான் சொன்னபடியே ஒரு நர்சரி ஸ்கூலில் டீச்சராக பணியாற்றிக் கொண்டிருந்தாள். நித்யா கம்ப்யூட்டர் கோர்ஸ் படித்து விட்டு அங்கேயே வேலைக்கும் சேர்ந்து இருந்தாள். காயத்ரி தான் ஆசைப்பட்டது போலவே வீட்டில் தன் பெற்றோருடன் இருந்து சமையல் கற்றுக் கொண்டு இருந்தாள்.

அதனால் பெண் தோழிகளுக்குள் தொடர்பு விட்டுப் போகாமல் அவ்வப்போது பேசிக் கொண்டு தான் இருந்தார்கள். அப்போது வாட்ஸ்அப் வரவில்லை. அதனால் அதற்கென்று பேசினால் தான் உண்டு. கல்பனா மட்டும் ஆரம்பத்தில் பேசிக் கொண்டு இருந்தவள், இப்போது படிப்பில் கொஞ்சம் பிஸியாகி விட்டதால் தொடர்பு விட்டுப் போயிருந்தாள்.

தாரிகா தன்னுடைய நிச்சயதார்த்த செய்தியை தன் தோழிகளிடம் சொல்லி அவர்களை அந்த இனிய நிகழ்ச்சிக்கு அழைப்பு விடுக்க தனியே தன் அறைக்கு வந்தாள்.

முதலில் காயத்ரியின் எண்ணுக்கு அழைத்தாள். அவளை என்றால் உடனே பிடித்துவிடலாம் என்பது தாரிகாவின் யோசனை. ஏனென்றால் அவள் வீட்டில் இருக்கிறாள்

அல்லவா.. இரண்டு ரிங்கிலேயே அலைபேசியை எடுத்தாள் காயத்ரி.

"ஹலோ தாரிகா, ஹேய் எப்படி இருக்க டி?.."

"ஹலோ காயூ, நான் ரொம்ப நல்லா இருக்கேன் டி. நீ நல்லா இருக்கியா?.."

"நானும் நல்லா இருக்கேன் டி. சொல்லுடி என்ன அதிசயமா கூப்பிட்டு இருக்க?.. என்ன விஷயம் சொல்லு.."

"ஏய் காயூ, ஒரு ஹாப்பி நியூஸ் டி. என்னன்னு சொல்லு பார்ப்போம்.."

"அப்படியா?.. ம்ம்.. நீயே சொல்லிரு டி என்னன்னு.."

"வர்ற ஞாயிற்றுக்கிழமை எனக்கு என்கேஜ்மென்ட் வச்சிருக்காங்க டி.. நீ கண்டிப்பா வரணும்.."

"ஹேய் நிஜம்மாவா டி சொல்ற?.. நீ பேசிப் பேசியே பாடாபடுத்துவியே டி. பாவம் உன் கிட்ட மாட்டிக்கிட்ட அந்த பையன் யாருடி?.."

"உனக்கும் தெரிஞ்சிருக்கும் டி . நம்ம காலேஜ் தான். நமக்கு சீனியர். பேரு செந்தில்.."

"ஓ ஆமாடி ஆமா.. செந்தில் தெரியுமே. நாம ஃபர்ஸ்ட் இயர் என்ட்ரி அப்ப அவர் ஃபைனல். இல்லியா?.. கரெக்ட்டா?.. அந்த செந்தில் தானே டி?.."

"ம்ம் ஆமாடி.."

"ஏய் உண்மைய சொல்லு.லவ்வா?.."

"அய்யோ அதெல்லாம் இல்லடி. அவங்க அப்பா அம்மா இப்ப தான் எங்க அப்பா அம்மாவை அப்ரோச் பண்ணிருக்காங்க. எனக்கு ஒண்ணுமே தெரியாது.."

"ஓ சூப்பர் சூப்பர் டி. அந்த பையனுக்கு உன் மேல அப்பவே ஒரு க்ரஷ் இருந்திருக்கும் டி.. அப்படித்தானே?.."

தாரிகா நடந்த அனைத்தையும் கூறினாள்.

"சரி சரி, இவ்ளோ நடந்திருக்கா?.. நிச்சயதார்த்தம் என்னைக்கு னு சொன்ன?.. கம்மிங் சண்டே யா?.."

"ஆமா டி. நீ கண்டிப்பா வரணும் டி. வராம இருந்தே, உன்னை கொன்னேபுடுவேன் பார்த்துக்க.."

"கண்டிப்பா வருவேன் டி. வேற யாரு வர்றாங்க நம்ம ஃபிரண்ட்ஸ் ல?.."

"தெரியல டி. உனக்கு தான் மொதோ கால் பண்ணேன். நித்யாவுக்கும் சங்கீதாவுக்கும் இனிமே தான் கால் பண்ணி சொல்லணும். கல்பனா தெரியல. பிஸியா இருப்பா. அவளுக்கும் கால் பண்றேன். பார்ப்போம். சரி டி, நீ வந்துரு. இப்ப வைக்கிறேன் டி, பை.."

பிறகு நித்யாவும் சங்கீதாவும் கூட இவள் அழைப்பை ஏற்று பேசினார்கள். சங்கீதா அவசியம் தான் வந்து விடுவதாக சொன்னாள். ஆனால் நித்யா அந்த நேரத்தில் தான் குடும்பத்தோடு சென்னை செல்வதாகவும், வந்த பிறகு வீட்டில் ஒரு நாள் வந்து பார்ப்பதாகவும் கூறினாள். கல்பனா உடைய ஃபோனோ ரிங் கே போகவில்லை. 'நீங்கள் டயல் செய்த எண்ணை சரி பார்க்கவும்' என்றே பதில் வந்தது. ஒரு வேளை நம்பரை மாத்திட்டாளோ?.. என்று நினைத்த தாரிகா..

'முட்டாள் முட்டாள்.. எமகாதகி நம்பர் மாத்தினதை கூட சொல்றாளா பாரு. கொஞ்சம் கூட பொறுப்பே இல்ல. நல்லா

நாலு சாத்து சாத்தணும் இவளுக்கு எல்லாம்..' என்று மனதிற்குள்ளேயே திட்டினாள் கல்பனாவை.

நிச்சயதார்த்தத்திற்கு நான்கு நாட்கள் மட்டுமே இருந்தது. அதற்கான வேலைகள் எல்லாம் மளமளவென்று நடந்த வண்ணம் இருந்தது. நடுவில் செந்தில் உடைய அண்ணனும் அண்ணியும் ஊரில் இருந்து வந்திருக்கிறார்கள் என்று சொல்லி, தாரிகாவை பார்க்க அவர்களை செந்திலே அழைத்து வந்தான். தினமும் ஒரு நாள் கூட தவறாமல் ஃபோன் செய்து தாரிகாவிடம் பேசினான். தாரிகாவும் அவனுடைய ஃபோனுக்காகவே காத்திருப்பாள்.

நிச்சயத்திற்கு புது துணிமணிகள் வாங்குவதற்கு இரண்டு குடும்பமும் சேர்ந்தே சென்றார்கள். இரு குடும்பமும் சம்பந்தி களைப் போன்று அல்லாமல் நல்ல நட்புடன் பழகினர்.

நிச்சயதார்த்தம் அன்று தாரிகா, சிகப்பு நிற காஞ்சிபுர பட்டுப் புடவையில் முழுவதும் தங்கநிற ஜரிகை வேலைப்பாட்டில், தகதகவென்று பளிச்சென்று மின்னினாள்.

காயத்ரியும் சங்கீதாவும் சரியாக நேரத்திற்கு வந்து விட்டனர். வெகு நாட்களுக்கு பிறகு தோழிகள் சந்தித்ததால், வாய் ஓயாமல் பேசிக் கொண்டு இருந்தனர் மூவரும்.

நிச்சயதார்த்த மண்டபம் நிரம்பி இருந்தது. மாப்பிள்ளை வீட்டார் வந்து விட்டனர் என்று சத்தமாக குரல் வந்தது. அப்போதும் தோழிகள் மூவரும் கலகலவென சிரித்தபடி பேசிக் கொண்டிருக்க..

"ஏய் தாரிகா, மாப்பிள்ளை வீட்டில இருந்து எல்லாரும் வந்துட்டாங்க டி. நீ தான் பொண்ணு. ஞாபகம் இருக்குல்ல?.. கொஞ்சம் மெதுவா அடக்கமா பேசு டி. உங்க மூணு பேரோட சிரிப்பு சத்தம் வெளியே எல்லாம் கேக்குது டி.."

நந்தினி இவ்வாறு சொல்லவும் தோழிகள் மூவரும் அமைதி ஆனார்கள்.

செந்தில் உம் மாப்பிள்ளையாக கோட் சூட் போட்டு ஜம்மென்று வந்து இருந்தான். தாரிகா வை மேடையில் அழைத்துச் சென்று செந்தில் பக்கத்தில் அமர வைத்தார்கள். காயத்ரியும் சங்கீதாவும் அவர்கள் அருகிலேயே இருந்தனர். செந்தில் ஐ பார்த்து விட்டு "அவனா நீ?.." என்று கிண்டல் அடித்தனர். தாரிகாவையும் கேலி கிண்டல் என்று கலாய்த்துக் கொண்டு இருந்தார்கள். தாரிகா ஒரேயடியாக வெட்கத்தில் முகம் சிவந்திருந்தாள்.

"ஏங்க ரெண்டு பேரும் கொஞ்ச நேரம் கூட சும்மா இருக்க மாட்டேன்றீங்க?.. இருங்க இருங்க, எங்க டர்னும் வரும். அப்ப பாருங்க, உங்களை ஒரு வழி பண்ணிருவோம்ல.. என்ன தாரு சரியா?.." செந்தில் சிரித்துக் கொண்டே சொன்னான்.

"ஆமா செந்தில், ரொம்ப தான் பண்றாங்க ரெண்டு பேரும்.. இருங்கடி பார்த்துக்கிறேன் உங்களை.." என்று தாரிகாவும் அவள் பங்குக்கு கூறினாள்.

பிறகு இரு வீட்டு பெரியவர்களும் தட்டு மாற்றிக் கொண்டார்கள். மாப்பிள்ளையும் பெண்ணும் மோதிரம் மாற்றிக் கொண்டனர். நிச்சயதார்த்தம் நல்லபடியாக முடிந்தது. தாரிகாவின் படிப்பு முடிந்த உடனேயே திருமணம் நடக்கும் படியாக, அதற்கு அடுத்த மாதத்திலேயே திருமணத்திற்கு நாள் குறித்தார்கள்.

அடுத்த இரண்டு நாட்களில் செந்தில் ஊருக்கு கிளம்பினான். அவனை வழியனுப்ப தாரிகா அவளுடைய தாய் தந்தையுடன் விமானநிலையம் சென்றாள்.

அவளுக்கு கண்களில் இலேசாக கண்ணீர்.
அதைப் பார்த்த செந்தில், " ஏய் லூசு, கண்ணை துடைச்சுக்க. நான் டெய்லி உனக்கு கால் பண்ணி பேசறேன். வேகமா நாள் போயிரும். கல்யாணத்துக்கு ஒரு மூணு வாரம் முன்னாடியே வந்துடுவேன். சரியா?.. இப்ப கொஞ்சம் சிரி பார்ப்போம்.."

அவளும் கண்ணை துடைத்துக் கொண்டு அவனைப் பார்த்து சிரித்தாள்.

"ம்ம்.. குட் கேர்ள்.." என்று அவளைப் பார்த்து கண் சிமிட்டி.." பை டி என் வாயாடி செல்லம்.." என்று அவளிடம் விடைபெற்றுக் கொண்டான். மற்ற அனைவரிடமும் விடைபெற்று கிளம்பினான்.

காலமும் நேரமும் நிற்கவா போகிறது?.. அதன் பாட்டுக்கு வேகமாக நகர்ந்தன.

ஆறு மாதங்கள் கழித்து காயத்ரி திடீரென்று ஒரு நாள் ஃபோனில் அழைத்து தனக்கு திருமணம் என்று கூறினாள். நேரில் வந்து அழைப்பிதழ் கொடுத்தாள். திருமணத்திற்கு முதல் நாள் நிச்சயதார்த்தம் வைத்திருந்தார்கள். அவள் எதிர்பார்த்ததை போலவே ஒரு பெரிய கூட்டுக் குடும்பத்தில் மாப்பிள்ளை பார்த்து இருந்தார்கள். அண்ணன் தம்பிகள் சேர்ந்து சொந்தத் தொழில் பெங்களூரில் செய்து கொண்டு இருந்தார்கள். தாரிகா, நித்யா, சங்கீதா என்று மூவரும் திருமணத்திற்கு சென்று வந்தனர். திருமணத்திற்கு பிறகு காயத்ரி பெங்களூர் சென்று விட்டாள்.

பிறகு தாரிகாவின் படிப்பு முடிந்ததும் செந்திலுக்கும் தாரிகாவுக்கும் குறித்த நாளில் திருமணம் இனிதாக நடைபெற்றது. திருமணத்திற்கு பிறகு அவளும் செந்தில் உடன் ஜெர்மனிக்கு சென்று விட்டாள்.

காலங்கள் உருண்டன. நண்பர்கள் அனைவரும் தங்களது வேலை, குடும்பம், குழந்தை என்று அவரவர் வேலைகளில் மூழ்கியதில் ஒருவருக்கொருவர் அனைவருமே தொடர்பு இல்லாமல் ஆகிவிட்டன.

அனைவரும் சந்தித்து கொள்வது என்று பேசிய அந்த குறிப்பிட்ட நந்நாளும் வந்தது.

ஆம். இருபது வருடங்கள் கடந்து விட்டன. அன்று ஜனவரி மாதம் முதல் நாள். நியூ இயர்.

நண்பர்கள் அனைவரும் என்ன செய்து கொண்டு இருப்பார்கள்?.. வருவார்களா?.. சந்திப்பார்களா?..

பாகம் - 6

காலங்கள் தான் நிற்காமல் எவ்வளவு வேகமாக ஓடுகின்றன!!..

தாரிகாவுக்கும் செந்திலுக்கும் திருமணம் முடிந்தே எத்தனை வருடங்கள் ஓடி விட்டன?.. அவர்கள் தங்கள் திருமணத்திற்கு பிறகு ஜெர்மனிக்கு சென்றவர்கள் நான்கு வருடங்கள் அங்கேயே இருந்து விட்டு அதன் பிறகு சென்னையில் வந்து குடியேறி விட்டனர். அழகான இரண்டு மகன்கள். பெரியவன் இப்போது இஞ்சினியரிங் முதலாம் ஆண்டு படிக்கிறான். சிறியவன் பத்தாம் வகுப்பு படிக்கிறான்.

அழகான குடும்பம். வாழ்க்கை சந்தோஷமாக ஓடிக் கொண்டிருந்தது. தன் நண்பர்களை சந்திக்கும் பொருட்டு, ஒரு வாரம் முன்பே காரைக்குடியில் இருக்கும் தன் தாய் வீட்டுக்கு வந்து விட்டாள் தாரிகா.

அங்கிருந்து வருவதற்கு முன், இதைப் பற்றிய பேச்சு தான் தாரிகாவுக்கு. தன் நண்பர்கள் பற்றியும், தாங்கள் ஒரு பத்து பேர் எப்போதும் கல்லூரியில் ஒன்றாக இருந்தது பற்றியும், ஃபேர்வெல் பார்ட்டி அன்று, தாங்கள் அனைவரும் இருபது வருடங்கள் கழித்து நியூ இயர் அன்று சந்தித்து கொள்வது என்று பேசியது பற்றியும் செந்தில் இடமும் தன் இரண்டு மகன்களிடமும் சொல்லிக் கொண்டே இருந்தாள்.

"வாவ் கிரேட் ம்மா.."

"சூப்பர் ம்மா.." என்று மகன்கள் இருவரும் பாராட்டினார்கள்.

"ரொம்ப நல்ல விஷயம் தான் தாரு. இத்தனை வருஷம் கழிச்சு காலேஜ் ஃபிரண்ட்ஸ் ஐ மீட் பண்றது.. வாவ் நினைச்சாலே சந்தோஷமா இருக்கு. யு ஆர் லக்கி.."

"நீங்களும் வர்றீங்களா செந்தில்?.."

"இல்ல தாரு. நீ போயிட்டு வா. அடுத்த தடவை ஃபேமிலி யா மீட் பண்ணுவோம்.."

"சரிங்க. நானும் அப்பா அம்மாவ பார்த்து ரொம்ப நாளாச்சு. அதனால ஒரு வாரம் முன்னாடியே போகலாம்னு இருக்கேன்.."

"தாராளமா போயிட்டு வா தாரு.."

"நீங்க மானேஜ் பண்ணிருவீங்க ல்ல?.."

"அதெல்லாம் ஒண்ணும் பிரச்சினை இல்ல. நீ கவலைப்படாம போயிட்டு வா. நான் பார்த்துக்கிறேன்.."

"பசங்களுக்கு இப்ப லீவு போட முடியாது. இல்லன்னா எல்லாரும் சேர்ந்து கூட போயிருக்கலாம்.."

தாரிகா தன் தாய் வீட்டிற்கு வந்து ஒரு வாரம் ஓடி விட்டது. அன்று தான் தன் நண்பர்களை சந்திக்கப் போகிறாள்.

தனக்கு மிகவும் பிடித்த காரட் கலர் காட்டன் சேலையில் தன்னை எளிமையாக தயார் படுத்திக் கொண்டு அதே ஆளுயரக் கண்ணாடி முன் வந்து நின்றாள் தாரிகா.

எத்தனை வயதானால் தான் என்ன?.. தன்னை அழகு படுத்திக் கொள்வதிலும், பிறகு கண்ணாடி முன் நின்று தன் அழகை தானே ரசிப்பதும், பெண்களின் பிறவிக் குணம் அல்லவா?.. தாரிகா மட்டும் அதற்கு விதிவிலக்கா என்ன?..

கண்ணாடியில் தன்னை பார்த்த தாரிகாவுக்கு தன் அழகை நினைத்து கொஞ்சம் பெருமையும் கொஞ்சம் கர்வமும் வந்தது. இப்போது அவளுக்கு நாற்பது வயது ஆகப் போகிறது. அந்த இருபது வயதில் எப்படி இருந்தாளோ அதைப் போன்று தான் இப்பொழுதும் இருக்கிறாள் ஒரு சில மாற்றங்களை தவிர. காதோரம் மட்டும் ஒன்று இரண்டு நரை முடிகள். அது வெளியே தெரியாத அளவிற்கு தலையை வாரி கிளிப் போட்டுக் கொண்டாள். இலேசாக கொஞ்சம் உடம்பு பூசியிருந்தது.

மற்றபடி அதே தாரிகா தான். நாற்பது ஆகப்போகிறது என்றால் யாரும் நம்ப மாட்டார்கள்.

'என் வயது தானே அனைவருக்கும். எப்படி இருப்பார்கள் எல்லாரும்?.. அடையாளம் தெரிந்து கொள்ளும் அளவிற்கு இருப்பார்களா?..' இப்படி எல்லாம் மனதில் யோசித்துக் கொண்டே இருந்தாள். இத்தனை வருடங்கள் கழித்து தன் நண்பர்கள் அனைவரையும் பார்க்கப் போவதில் அவளுக்கு எல்லையில்லாத ஆனந்தம். உற்சாகம் கரை புரண்டு ஓடியது அவளுக்கு.

பிறகு நேரமாகி விட்டதே என்று வேகவேகமாக தன் தாய் தந்தையிடம் சொல்லிக் கொண்டு கிளம்பினாள். வெளியில் வந்து ஒரு ஆட்டோ பிடித்து, அந்த முருகன் கோவிலுக்கு வந்தடைந்தாள்.

ஆட்டோவில் இருந்து இறங்கி, செருப்பை வெளியே வைத்து விட்டு உள்ளே சென்றவள் சுற்றி பார்வையை சுழற்றினாள் தன் நண்பர்கள் யாரும் வந்திருக்கிறார்களா என்று. இவள் பார்த்த வரையில் யாரையும் காணவில்லை. அங்கிருந்த திட்டு ஒன்றில் அமர்ந்து கொண்டாள்.

அடுத்த ஒரு பத்து நிமிடத்தில், வாசலில் ஒரு பெண் நுழைந்து கொண்டு இருப்பதை பார்த்தாள் தாரிகா. ஆர்வமாக பார்த்தாள். ஆனால் அது வேறு யாரோ வந்து கொண்டு இருந்தார்கள். அடுத்த ஒரு நிமிடத்தில் மீண்டும் ஒரு பெண் வந்தாள். தாரிகா, பக்கத்தில் வரட்டும் பார்ப்போம் என்று அமர்ந்து இருந்தாள்.

அந்த பெண் பக்கத்தில் வரவர, அவளை அடையாளம் கண்டு கொண்டாள் தாரிகா. வந்தவள் கல்பனா. அவளுக்கும் தாரிகாவை அடையாளம் தெரிந்தது. தாரிகா எழுந்து ஓடிச் சென்றாள்.

"ஹேய் கல்பனா.."

"தாரிகா.."

இருவரும் கட்டிக் கொண்டனர். இருவருக்கும் கண்களில் இலேசாக கண்ணீர் தெரித்தது.

"எப்படி டி இருக்க?.."

"நீ எப்படி இருக்க டி.."

இருவரும் நலம் விசாரித்துக் கொண்டனர்.

"ஏண்டி இவளே, ஒரு நம்பர் மாத்தினா கூட சொல்ல மாட்டியா டி?.. கொஞ்சமாச்சும் பொறுப்பு இருக்கா டி உனக்கு?.." தாரிகா படபடவென்று பொரிந்தாள்.

"ஏய் போடி, என் ஃபோன் மிஸ் ஆயிடுச்சு தெரியுமா?.. அதுவும் எப்படி ன்ற?.. நான் வண்டியில போறப்ப ஒரு சின்ன ஆக்சிடன்ட் ஆயிடுச்சு.."

"அய்யய்யோ என்னாச்சு டி?.."

"நல்ல வேளை ஒண்ணும் ஆகல.. லேசா சிராய்ப்பு மட்டும் தான். ஆனா நான் விழுந்தப்ப என் ஹேன்ட் பாக் உம் சேர்ந்து கீழே விழுந்துருக்கு. அதில இருந்த ஃபோனும் கீழே விழுந்துருக்கு. நான் கவனிக்கவே இல்ல. சுதாரிச்சு எந்திரிச்ச அந்த காப்ல எவனோ ஒருத்தன் ஆட்டைய போட்டுட்டான். அப்புறம் என்ன பண்ணச் சொல்ற?.. உங்க எல்லாரோட நம்பரும் அதோட போயிருச்சு.."

அதற்குள் அங்கு சரவணனும் சங்கீதாவும் வந்து சேர்ந்தார்கள். ஒவ்வொருவரும் வந்தவுடன் ஒரு விசாரிப்பு, ஒரு கட்டிப்பிடிப்பு என்று இருந்தார்கள் அனைவரும். அவர்கள் வந்த சிறிது நேரத்தில் ராகவ் வந்து விட்டான். அடுத்ததாக திவாகர் வந்தான். பிறகு காயத்ரியும் அவளுக்கு பின் தில்பனும் வந்து விட்டனர். இன்னும் நித்யாவும் அபிமனும் மட்டும் வரவேண்டும்.

அவர்களுக்காக காத்துக் கொண்டு இருந்த நேரத்தில், ஒருவரையொருவர் கலாய்த்துக் கொண்டும் கிண்டல் அடித்துக் கொண்டும், பலமாக சிரித்தபடி இருந்தனர்.

ஒரு மணி நேரத்திற்கு பிறகு நித்யா வந்து சேர்ந்தாள். அவர்களின் சந்தோஷம் இன்னும் கூடுதல் ஆயின.

"ஏண்டி இவ்வளவு நேரம்?.. இன்னைக்கி கூட உன் வீட்டுக்காரர் உன்னை விடாம பிடிச்சு வச்சிருந்தாரா?.."

தாரிகா இப்படி கேட்டது தான் தாமதம்.. ஒரே வெடிச்சிரிப்பு ஆண்களிடம் இருந்து.

"டேய் டேய் ஏண்டா இப்படி சிரிக்கிறீங்க பிசாசுகளா?.." காயத்ரி கேட்டவுடன் அதற்கும் பலத்த சிரிப்பு.

"இவனுங்களுக்கு இன்னைக்கி என்னமோ ஆயிருச்சு. மறை தான் கழண்டு போச்சு ன்னு நினைக்கிறேன் டி.." சங்கீதா கேலி செய்தாள்.

"சிரிங்க டி, அபிமன் வற்றப்ப வரட்டும். அது வரைக்கும் நாம எல்லாரும் நம்மளைப் பத்தி பேசுவோம். இவ்ளோ நாள் வாழ்க்கையை நாம எல்லாரும் ஷேர் பண்ணிப்போம். என்ன சொல்றீங்க?.. சரியா?.." ராகவன் கேட்டான்.

"ஓகே ஓகே பேசிட்டு இருப்போம் அது வரைக்கும்.." சரவணன் கூறினான்.

"சரி டி தாரிகா, நீ ஆரம்பி..சொல்லு, உன் ஹஸ்பன்ட் பத்தி, உனக்கு பசங்களா பொண்ணுங்களா?.. எல்லாம் சொல்லு.." திவாகர் சொல்லவும், தாரிகா ஆரம்பித்தாள்..

செந்தில் ஐப் பற்றியும், அவன் கல்லூரியில் தங்களின் சீனியர் தான் என்பதையும், தங்களுக்கு இரு பிள்ளைகள் என்றும் அவர்களின் படிப்பைப் பற்றியும் இரசித்து கூறினாள்.

"சோ, உன்னோட லைஃப் ஜாலியா போயிட்டு இருக்கு?.."

"ஆமா டா சூப்பரா போயிட்டு இருக்கு.."

"சரி அப்புறம் நீ சொல்லுடா திலீபா.."

"நான் இப்ப அமெரிக்கால இருக்கேன். என் மனைவி பெயர் நேத்ரா. எனக்கு ஒரு பையன் ஒரு பொண்ணு. எய்த், ஃபிப்த் படிச்சிட்டு இருக்காங்க.. லைஃப் நல்லா ஹாப்பியா போயிட்டு இருக்கு.."

"பின்ன நீ இதுக்காகவே அமெரிக்கால இருந்து வந்திருக்கியா டா?.." திவாகர் கேட்டான்.

"ஆமா பின்ன?.."

"ரியலி யூ ஆர் கிரேட் டா.."

"அதெல்லாம் ஒரு மண்ணாங்கட்டியும் இல்ல. உங்களை எல்லாம் பார்க்கணும் ன்ற என்னோட ஆசைதான்.. யோசிக்கவே இல்ல. கிளம்பி வந்துட்டன்.."

அதற்குள் மணி இரண்டு ஆகிவிட்டது.

"பக்கத்து ஹோட்டல்ல போய் சாப்பிட்டு வந்துரலாமே. வந்து கன்டினியூ பண்ணுவோம்.. பசிக்குது டா பசங்களா.." காயத்ரி சொல்லவும்..

"ஆமாடா எனக்கும் பசிக்குது.." கல்பனா சொன்னாள்.

"சரி சரி வாங்க டி எல்லாரும். நமக்கு சாப்பாடு ரொம்ப முக்கியம்.." என்று கேலியாக சிரித்துக் கொண்டே சொன்னான் ராகவ்.

"ஆமா பின்ன இல்லையா டா?.. நீ வேணா சாப்பிடாம இருடா பாப்போம்.." என்று அவனை அடிக்க கை ஓங்கினாள் கல்பனா.

"அய்யோ அடிக்காத டி வலிக்கும்.." என்று பயந்தது போல் அவளிடம் இருந்து விலகி ஓடினான் ராகவ். அவனை துரத்தி அவன் பின்னேயே ஓடினாள் கல்பனா.

அனைவரும் சிரித்துக் கொண்டே எழுந்து நடந்தனர். ஆனால் நித்யா மட்டும் இதில் எதிலும் கலந்து கொள்ளாமல் மௌனமாகவே வந்தாள். அவள் முகம் பொலிவிழந்து காணப்பட்டது.

அவளுடைய மௌனத்திற்கு காரணம் என்னவாக இருக்கும்?..

பாகம் - 7

நண்பர்கள் அனைவரும் தங்களது இத்தனை வருட வாழ்க்கையை பற்றி பகிர்ந்து கொண்டிருந்தனர்.

"டேய் ராகவ், அடுத்து நீ சொல்லுடா உன்னைப் பத்தி, உன் லைஃபை பத்தி.." காயத்ரி கேட்டாள்.

"ம்ம்.. நான் எங்கப்பாவோட பிஸினஸ் தான் எடுத்து நடத்திட்டு இருக்கேன். உங்க எல்லாருக்கும் தான் தெரியுமே. சென்னை லேயும் ஒரு பிரான்ஞ்ச் ஆரம்பிச்சிருக்கோம். நான் இப்ப அதைத் தான் கவனிச்சிட்டு இருக்கேன். என் மனைவி ராதிகா. எங்களுக்கு ரெண்டு பொண்ணு. என் பிஸினஸ், என் லைஃப் எல்லாம சூப்பரா போயிட்டு இருக்கு.."

"பெரிய்ய்ய பிஸினஸ் மேன் ஆயிட்டே ன்னு சொல்லு.." தாரிகா கேட்டாள்.

"நீ சொல்ற அளவுக்கு இல்லைன்னாலும் ஒரளவு சக்சஸ் ஃபுல் லா தான் டி இருக்கு.."

"இப்ப நான் சொல்றேன்..." என்று கல்பனா தானாகவே முன் வந்தாள்.

"நான் ஹைதராபாத்ல படிச்சிட்டு, கூட படிக்கிற ஒரு பையனை காதலிச்சேன். பெரியவங்க சம்மதிச்சி எங்களுக்கு அவங்களே கல்யாணம் பண்ணி வச்சாங்க. நாங்க அங்கேயே செட்டில் ஆயிட்டோம். ஒரு பையன் ஒரு பொண்ணு. அப்பப்ப சின்ன சின்ன பிரச்சினையோ லைஃப் ஓடிட்டு இருக்கு. ஐ யாம் ஹாப்பி.."

"ஓ சூப்பர் சூப்பர்.. அப்படின்னா உன்னோடது லவ் மேரேஜ்?.." தாரிகா கேட்கவும்..

"அதைத்தானடி இவ்ளோ நேரம் சொன்னேன்.."

"ஏண்டி தாரிகா, உன் ஹஸ்பன்ட் உன்னை எப்படி தாண்டி சமாளிக்கிறாரு?.. பாவம் தெரியுமா அவரு.. பேசியே ஒரு வழி பண்ணிருவ போல.." ராகவ் கிண்டலாக கேட்டான்.

"ஆமா டி நிஜம் தான். சரியான வாயாடி டி நீ. எப்படி தான் பொறுத்துக்கிறாரோ.." திவாகரும் சேர்ந்து கொள்ள..

"சரி தான் போங்க டா.. நான் பேசாம இருந்தா தான் அவர் மிஸ் பண்ணுவாரு தெரியுமா.."

"ஓ அப்படியா?.. நம்பிட்டோம் நம்பிட்டோம்.."

"நம்பாதீங்க டா போங்க.. அப்புறம் டி நித்யா, நீ சொல்லுடி.." தாரிகா கேட்டாள்.

"நீங்க எல்லாரும் சொல்லி முடிங்க. நான் கடைசியா சொல்றேன்.."

"ஏண்டி வந்ததில இருந்தே உன் முகம் சரியே இல்ல. ஏண்டி?.. எதுவும் பிரச்சினை இல்லலல்ல?.."

"அதெல்லாம் ஒண்ணும் இல்ல டி.."

"சரி காயத்ரி நீ சொல்லு டி.."

"எனக்கென்ன டி.. உங்க கிட்ட நான் சொல்லிட்டு இருந்த மாதிரியான ஒரு கூட்டுக் குடும்பம் தான் என் மாமனார் வீடு. என் வீட்டுக்காரர் தான் மூத்தவர். ரெண்டு கொழுந்தனுங்க. ஒரு நாத்தனா. எப்பவும் வீடு நிறைஞ்சு இருக்கும். மாமனார் மாமியார் ரொம்ப நல்லவங்க. என் வீட்டுக்காரர் தங்கம். ஒரு பையன் ஒரு பொண்ணு. லைஃப் எப்பவும் பிஸியா ஹாப்பியா போயிட்டு இருக்கு. ஐ லைக் இட் வெரி மச்.."

"ஓ சூப்பர் சூப்பர். மனம் போல் வாழ்வு.. அப்படித்தானே?.. கேக்க ரொம்ப சந்தோஷமா இருக்கு டி.." தாரிகா தான் கூறினாள்.

"திவாகர் உன் கதையை சொல்லுடா.." திலீபன் கேட்கவும்..

"ஓகே கய்ஸ். நான் என்னை பத்தி சொல்றேன். பை த வே ஐ யாம் எ டிவோர்சி.."

அனைவரும் அதிர்ச்சி ஆகி விட்டனர்.

"என்னடா சொல்ற?.."

"எஸ். ஆரம்பத்தில இருந்தே எனக்கும் என் மனைவிக்கும் மிஸ் அன்டர்ஸ்டான்டிங். அதில குழந்தையும் கிடைக்கல. ஃபைவ் இயர்ஸ் வெய்ட் பண்ணிட்டு ரெண்டு பேரும் டெஸ்ட் பண்ணிக்கிட்டோம். பிரச்சினை எனக்கு தான். சோ அவ டிவோர்ஸ் வேணும் னு கேட்டா. நானும் ஓகே சொல்லிட்டு ரெண்டு பேரும் சட்டப்படி பிரிஞ்சிட்டோம். அப்புறம் அவளுக்கு வேற கல்யாணம் கூட ஆயிடுச்சு. எனக்கு இன்னொரு கல்யாணம் வேண்டாம் னு தோணிருச்சி. ஏன்னா என்னோட திருமண வாழ்க்கைல எனக்கு பாட் எக்ஸ்பீரியன்ஸ் தான் கிடைச்சது. அதனால திரும்ப அதில போய் விழ எனக்கு சத்தியமா விருப்பம் இல்ல. எனக்கு இந்த லைஃப் பிடிச்சிருக்கு. சுதந்திரமா ஃபீல் பண்றேன். ஐ என்ஜாய் மை லைஃப். சோ கய்ஸ், நோ வொர்ரி ஸ். எல்லாரும் சிரிங்க. பீ ஹேப்பி ப்ளீஸ்.."

திவாகர் இப்படி சொல்லவும் அனைவரும் சமாதானம் அடைந்தனர். அவனுடைய சந்தோஷத்தைக் கண்டு அனைவரும் பழையபடி சந்தோஷ மூடுக்கே திரும்பி விட்டனர்.

பிறகு சரவணன் சொன்னான்..

"எங்களைப் பத்தி தான் உங்களுக்கு தெரியுமே.. கல்யாணம் முடிஞ்ச கையோட நானும் சங்கீதாவும் லண்டன் போயிட்டோம். அங்கே ஒரு பத்து வருஷம் இருந்தோம். அப்புறம் பெங்களூர் வந்து செட்டில் ஆயிட்டோம். ரெண்டு பசங்க. நாங்க ரெண்டு பேரும் இப்பவும் அதே காதலோட லைஃப் என்ஜாய் பண்ணிட்டு இருக்கோம்.."

சரவணன் சொல்லி முடித்ததும்..

"ஓ இன்னும் காதல் பண்றாங்களாம் டா.." என்று சொல்லி சிரித்தாள் தாரிகா.

"ஏண்டி காதல் பண்ணக் கூடாதா டி?.." சங்கீதா கேட்டாள்.

"ஏண்டி நல்லா பண்ணு. உன் புருஷனை நீ லவ் பண்ற.. யாரு என்ன கேக்கறது?.."

"ம்ம்.. அது.."

அதற்குள் ராகவ் கேட்டான்..

"என்னடா அபிமன் இன்னும் கூட வர மாட்டேன்றான். ஒரு வேளை மறந்துட்டானோ?.." ராகவ் சொன்னதும்..

"அது தானே, ஏன் இப்படி பண்றான்?.. சரி டி நித்யா, நீ சொல்லு இப்ப.."

நித்யா தன்னைப் பற்றி சொல்ல ஆரம்பித்தாள்.

"எனக்கு கல்யாணம் ஆன ஒரு வருஷத்தில என் ஹஸ்பன்ட் இறந்துட்டாரு.."

உடனே அனைவரும் அதிர்ச்சியுடன் அவளைப் பார்த்தனர்.

"ஏய் என்னடி சொல்ற?.."

"ஆமாடி சரியா சொல்லணும் னா நான் ஒரு விதவை.." நித்யாவின் கண்களில் கண்ணீர்.

"ஏய் அப்படி எல்லாம் சொல்லாத டி.. மனசு கஷ்டமா இருக்கு.."

"எல்லாரும் என்னை அப்படித் தானே டி சொல்றாங்க. எங்கேயும் முன்னாடி எல்லாம் போயி நிக்கக் கூடாது. ஏதாச்சும்

நல்ல காரியம் செய்றப்ப நான் எதுக்க வரக்கூடாது. அப்படி வந்தா அது அபசகுணம். செய்ற காரியம் உருப்படாது. அய்யோ இதையெல்லாம் கேட்டு கேட்டு எனக்கு அலுத்துப் போச்சு டி. தாங்க முடியல. என் வீட்டுக்காரர் இறந்து போனா அதுக்கு நான் என்ன பண்ண முடியும் டி?.. நான் என்ன பாவம் பண்ணேன்?.. என்னால முடியல டி. செத்துரலாம் போல இருக்கு.."

இதைக் கேட்டு அனைவரும் பதறி விட்டனர்.

"தயவு செஞ்சு இப்படி எல்லாம் பேசாத டி ப்ளீஸ்.." அழாத குறையாக சொன்னான் ராகவ்.

"ஏண்டி இத்தனை வருஷமா நீ ஏன் தனியா இருக்கணும்?.. அப்ப ரொம்ப சின்ன வயசு தானே டி உனக்கு?.. இன்னொரு கல்யாணம் பண்ணி இருக்கலாம்ல?.. ஏன் பண்ணல?.."

"யார் பண்றது?.. இந்த வருத்தம் தாங்காமயே என் அப்பா அம்மா போய் சேர்ந்துட்டாங்க. அதனால நான் என் மாமியார் வீட்ல தான் இருக்கேன். அங்கே தான் இருக்கணும் னு சொல்லிட்டாங்க. என் மாமியார் எல்லாம் அந்த காலத்து மனுஷங்க. அவங்களை பொறுத்த வரைக்கும் பொண்ணுங்க ரெண்டாம் கல்யாணம் பண்றது எல்லாம் பாவம்.."

"அய்யோ ரொம்ப வருத்தமா இருக்கு டி. கொஞ்சம் கூட எதிர்பார்க்கல டி இதை.."

அனைவரும் வேதனை தாளாமல் அமைதியாக இருந்தனர்.

அந்த நேரத்தில் தூரத்தில் ஒரு இளைஞன் சக்கர நாற்காலியில் அமர்ந்தபடியும், ஒரு பெண் அதை தள்ளியபடியும் வந்து கொண்டு இருந்தனர்.

பக்கத்தில் வரவர சக்கர நாற்காலியில் உட்கார்ந்து கொண்டு இருக்கும் அந்த இளைஞனைப் பார்த்து நண்பர்கள் அனைவரும் அதிர்ந்தனர்.

"டேய் நம்ம அபிமன் டா. என்னடா இது இப்படி வர்றான்?.. என்னடா ஆச்சு இவனுக்கு?.."

அபிமன் மிகவும் மெலிந்து உருமாறிப் போயிருந்தான்.

அனைவரும் பதட்டத்துடன் அபிமன் அருகில் ஓடிச் சென்றனர்.

"டேய் நம்ம அபிமன் டா. என்னடா இது இப்படி வர்றான்?.. என்னடா ஆச்சு இவனுக்கு?.."

நண்பர்கள் அனைவரும், அபிமன் சக்கர நாற்காலியில் அமர்ந்து வருவதைக் கண்டு அதிர்ந்தனர். பதட்டத்துடன் அவன் அருகில் ஓடினர்.

"டேய் அபிமன், என்னடா ஆச்சு?.. ஏண்டா இப்படி?.."

ராகவ் கண்களில் கண்ணீர் நிரம்ப கேட்டான். பெண்கள் எல்லாம் அழுதே விட்டனர். அங்கு யாருக்குமே கண்களில் கண்ணீர் வருவதை கட்டுப் படுத்த முடியவில்லை அபிமனைக் கண்டு.

அப்படி ஒரு தோற்றத்தில் முற்றிலும் மாறிப் போயிருந்தான். இவர்களைப் பார்த்து அபிமனுக்கு மகிழ்ச்சியாக இருந்தாலும் அவர்களை அழ வைக்கும் அளவுக்கு இருந்த தன் நிலையைக் எண்ணி வேதனை அடைந்தான்.

"அதனால தான் டா நான் காலையில சீக்கிரம் வராம இவ்வளவு லேட்டா வந்திருக்கேன். அப்பவே வந்திருந்தா என்னால உங்களுக்கும் கஷ்டம். என்ஜாய் பண்ணியிருக்கவே முடியாது.."

அவன் குரல் மிகவும் பலவீனமாக இருந்தது. மிகவும் மெதுவாக நிறுத்தி நிறுத்தி பேசினான். நண்பர்களுக்கு மனம் தாளவே இல்லை.

"டேய் சொல்லுடா.. உனக்கு என்னடா ஆச்சு?.. ஏன் இப்படி இருக்க?.." தாரிகா கேட்டாள்.

"எனக்கு பிரெய்ன் டியூமர். மூளையில் கான்சர் கட்டி. நான் என்னோட கடைசி நாட்களை எண்ணிட்டு இருக்கேன் தாரிகா.."

அனைவரும் அதிர்ச்சி அடைந்து விட்டனர் அவன் சொன்னதை கேட்டு.

"என்னது பிரெய்ன் டியூமரா?.. என்னடா சொல்ற அபிமன்?.. எப்படி இப்படி ஆச்சு?.. இத்தனை வருஷம் கழிச்சு உன்னை

இப்படியா பார்க்கணும்?.. அய்யோ டைஜஸ்ட் பண்ணவே முடியல டா எங்களால.." திவாகர் புலம்பினான்.

"எப்ப இருந்து டா இப்படி ஆச்சு?.." சரவணன் கொஞ்சம் பயத்துடன் கேட்டான்.

"என்னால ரொம்ப பேச முடியல டா. இவங்க என் மனைவி நிரோஷனா.." சக்கர நாற்காலியை தள்ளிக் கொண்டு வந்த அந்த பெண்ணைக் காட்டி சொன்னான் அபிமன்.

"வணக்கம்.." அனைவரையும் பார்த்து சொன்னாள் அபிமன் மனைவி நிரோஷனா.

பதிலுக்கு அனைவரும் வணக்கம் கூறினர்.

"எல்லாத்தையும் என் மனைவி சொல்லுவா டா.. மொதோ நீங்க எல்லாரும் கொஞ்சம் ரிலாக்ஸ் பண்ணிக்கோங்க.." அபிமன் இப்படி சொன்னவுடன் அனைவரும் அவனைச் சுற்றி அங்கேயே கோவில் தரையில் அமர்ந்து கொண்டனர்.

அனைவரும் மனம் தாள முடியாமல் அழுதார்கள். அழுது தங்கள் வேதனையை கரைத்துக் கொண்டு தங்களை ஆசுவாசப்படுத்திக் கொண்டார்கள். சிறிது நேரம் கழித்து..

"சொல்லுங்க நிரோஷனா. அபிமனுக்கு என்ன ஆச்சு?.. ஏன் இப்படி இருக்கான்?.. எப்ப இருந்து அவனுக்கு இப்படி இருக்கு?.." ராகவ் கேட்டான்.

"ரெண்டு மாசமா தான் இப்படி இருக்கார். மொதோ ஒரு நாள் திடீர்னு தலை சுத்துது ன்னு சொன்னாரு. அப்புறம் கண் பார்வை ஒரு மாதிரி ரெண்டு ரெண்டா தெரியுது ன்னாரு. அப்புறம் டாக்டர் கிட்ட போனோம். மருந்து கொடுத்தாங்க. சரியாகல ன்னு ஸ்கான் எடுத்தாங்க தலையில. கட்டி இருந்தது தெரிஞ்சது. அப்புறம் அதை பயாப்சி செய்யணும் னு சின்னதா ஆபரேஷன் பண்ணாங்க. ரிசல்ட்ல கேன்சர்

னு தெரிஞ்சது. அதுவும் தேர்ட் ஸ்டேஜ்.." என்று சொல்லி நிறுத்தினாள்.

அவளுக்கும் கண்கள் கலங்கி இருந்தது. முகம் கவலையில் இருந்தாலும் கொஞ்சம் மன தைரியத்துடன் தான் இருந்தாள் நிரோஷனா. கொஞ்சம் ஆசுவாசப்படுத்திக் கொண்டு மீண்டும் பேசினாள்..

"ரேடியேஷன் ட்ரீட்மெண்ட் முடிஞ்சிருச்சி. கீமோ தெரபி போனா எப்படி ஆகுமோ ன்ற பயத்தில கொஞ்ச நாள் போகட்டும் னு விட்டுட்டோம். ஆனா ஸ்டேஜ் மூணுல இருக்கிறதால சொல்ல முடியாது ன்னு சொல்லிட்டாங்க.."

நிரோஷனா சொல்லி முடித்ததும் அங்கு ஒரு பயங்கரமான அமைதி நிலவியது. அனைவருக்கும் இதயம் படபடவென்று துடித்தது. பிறகு ராகவ் தான் தாங்க முடியாமல் அந்த மௌனத்தை கலைத்தான்..

"எத்தனை பசங்க உங்களுக்கு.. எங்க அவங்க?.. கூட்டிட்டு வரலியா?.."

"ஒரே ஒரு பொண்ணு. பேரு ஆஷிகா. செவன்த் படிக்கிறா. எங்க கூட அவளும் வந்திருக்கா. கார்ல தான் உட்கார்ந்து இருக்கா.."

"அப்படியா?.. ஏன் கார்ல இருக்கா. அழைச்சிட்டு வந்திருக்கலாம்?.." என்று அனைவரும் கூறினர்.

உடனே காயத்ரியும் தாரிகாவும் ஓடிச்சென்று அவளை அழைத்து வந்தனர்.

"ஆஷிகா.." அபிமன் அவளை பக்கத்தில் அழைத்தான்.

"நான் சொல்லிட்டே இருந்தேன்ல என் ஃபிரண்ட்ஸ்.."

"ஹாய்.." என்று அனைவரிடமும் கூறினாள் ஆஷிகா.

அனைவரும் அவளிடம் தங்களை அறிமுகப்படுத்திக் கொண்டனர்.

பிறகு நிரோஷனா தன் மகளிடம்..

"வா ஆஷிகா, நாம ரெண்டு பேரும் உள்ளே போய் சாமி கும்பிட்டு வரலாம்.." என்று அவளுடைய கையைப் பிடித்துக் கொண்டு அழைத்துச் சென்றாள்.

கொஞ்ச நேரம் அபிமன் தன்னுடைய நண்பர்களுடன் தனியாக இருக்கட்டும் என்று நினைத்து மகளை உள்ளே அழைத்துச் செல்கிறாள் என்பது நன்கு புரிந்தது.

அவர்கள் சென்றவுடன் அபிமன் தானே பேச ஆரம்பித்தான்.

"சோ கய்ஸ், எல்லாரும் எப்படி இருக்கீங்க?.. லைஃப் எல்லாம் எப்படி போயிட்டு இருக்கு?.. உங்க எல்லாரையும் நான் ரொம்ப மிஸ் பண்றேன் டா. நம்ம காலேஜையும் தான். அது தான் உங்க எல்லாரையும் பார்த்தே ஆகணும் னு கிளம்பி வந்தாச்சு.. நான் தனியா வரமுடியாது ன்னு தான் ஃபேமிலியோட வந்தேன்.."

சிறிது நிறுத்தி விட்டு அவனே தொடர்ந்தான்..

"நேத்தே வந்துட்டோம் டா நாங்க.. இந்த ரேடியேஷன் ட்ரீட்மெண்ட்ல ரொம்ப வீக் ஆயிட்டேன் நான்.."

அனைவரும் ஒன்றும் பேசத் தோன்றாது அமைதியாக இருந்தனர்.

"டேய் இன்னும் அந்த அதிர்ச்சியில இருந்து வெளியே வரமுடியல டா எங்களால.." திவாகர் கண்ணீருடன் கூறினான்.

"ஆமாடா இதுக்கு வேற ஒண்ணுமே பண்ண முடியாதா டா?.." தாரிகா கலங்கிய குரலில் கேட்டாள்.

"என்னடி பண்றது?.. ஒவ்வொருத்தருக்கும் ஒவ்வொரு தலையெழுத்து.. கடவுள் என்னோட தலையெழுத்தை எழுதறப்ப ரொம்ப கோவமா இருந்திருப்பார் போல இருக்கு.. அது தான் இப்படி ஆயிருச்சோ என்னமோ?.. என் மனைவி நிரோஷனாவும் ரொம்ப நல்லவ. மொதோ ரொம்ப உடைஞ்சு தான் போயிட்டா அவளும். ஆனா என் எதுக்க வருத்தப்படக் கூடாது, அழக்கூடாது ன்னு மனசில தைரியத்தை வரவழைச்சிக்கிட்டா. என் முன்னாடி ரொம்ப சந்தோஷமா இருக்கிற மாதிரி நடிப்பா. அப்ப தானே நானும் சந்தோஷமா இருப்பேன் னு நினைச்ச. அவ எதுக்க நானும் ஹேப்பி யா இருக்கிற மாதிரி நடிப்பேன். சோ சந்தோஷமா இருக்கிறா மாதிரி ஒருத்தரை ஒருத்தர் ஏமாத்திட்டு இருக்கோம். இப்ப வீட்டோட எல்லா பொறுப்பும் அவ தான் பார்க்கறா.. எனக்கு என்ன.. ஆஷிகா சின்ன பொண்ணு. அதுக்குள்ள இப்படி ரெண்டு பேரையும் தனியா விட்டுட்டு போறோம் னு ஒரு குற்ற உணர்வு மட்டும் தான். கவலை எல்லாம் கூட இல்ல.. காசு பணத்துக்கு கூட பிரச்சினை இல்ல. எங்க அப்பா அம்மாவும் போயிட்டாங்க. உங்களுக்கு தான் தெரியுமே.. நான் ஒரே பையன். எல்லா சொத்தும் எனக்கு தான். நானும் நல்லாவே சம்பாதிச்சிட்டு இருந்தேன். ஆனா காசு பணம் இருந்தா மட்டும் போதுமா?.. இந்த வயசுல ரெண்டு பேரையும் தனியா விட்டுட்டு போகணும்ற ஒரு கவலை மட்டும் தான் எனக்கு.."

இதை சொல்லி முடிக்கும் போது அபிமன் கண்களிலும் கண்ணீர் வழிந்து கொண்டிருந்தது.

எப்படி ஆறுதல் சொல்வது?.. என்ன வார்த்தை சொல்லி தேற்றுவது அவனை?..

நண்பர்கள் அனைவருக்கும் அந்த நேரத்தில் அழ மட்டும் தான் முடிந்தது. வேறு எதுவும் செய்யத் தோன்றவில்லை அவர்களுக்கு. உயிருக்கு உயிராய் நண்பர்கள் இத்தனை பேர் இருந்தும், தங்களால் ஒன்றும் செய்ய இயலாத, தங்களின் அந்த கையாலாகாத்தனத்தை நொந்த படியே கவலையுடனும், கண்ணீரையும் துடைக்க தோன்றாமல் அழுது கொண்டும் இருந்தனர்.

வரும் போது, நண்பர்களை சந்திக்கப் போகிறோம் என்று எவ்வளவு மகிழ்ச்சியுடனும் உற்சாகத்துடனும் வந்தார்கள் ஒவ்வொருவரும். இப்போது அந்த மொத்த மகிழ்ச்சியும் தொலைந்து போயிருந்தது அனைவரிடத்திலும்.

இனி அடுத்ததாக என்ன செய்யப் போகிறார்கள்?.. தன் உயிர் நண்பன் ஒருவன் தன் வாழ்க்கையின் இறுதி நாட்களை எண்ணிக் கொண்டு இருக்கிறான் என்கிற இந்த நினைப்புடனே அவர்களால் நிம்மதியாக இருக்க முடியுமா?..

பாகம் - 9

அபிமனின் நிலையை புரிந்து கொண்ட நண்பர்கள் அனைவரும் திகைத்து ஸ்தம்பித்து போயிருந்தனர்.

அவ்வளவு எளிதாக ஜீரணித்துக் கொள்ளும் விஷயமா இது?.. அதனால் அனைவரும் செய்வதறியாது வேதனையில் மெளனமாகவே இருந்தனர். மாலை நேரம் ஆகிவிட்டது. இனி ஒருவரையொருவர் பிரிந்து அவரவர் வீட்டிற்கு சென்று தானே ஆக வேண்டும்?..

அபிமன், தானே முதலில் பேசினான்..

"ஓகே ஃப்ரண்ட்ஸ், கிளம்பணும் நான். உங்க நம்பர் எல்லாம் குடுங்க.."

அனைவரும் தங்கள் அலைபேசி எண்களை ஒருவருக்கொருவர் பரிமாறிக் கொண்டனர்.

"லேட்டாச்சு. எல்லாரும் கிளம்பலாம். இன்னும் கொஞ்ச நேரத்துல இருட்ட ஆரம்பிச்சிரும். லேடீஸ் எல்லாம் தனியா போகணும் ல.."

ராகவ் இதை சொல்லி விட்டு..

"மொதோ அபிமனை கார்ல ஏற ஹெல்ப் பண்ணுவோம் வாங்க.."

"வீட்ல எல்லாம் வீல் சேர் யூஸ் பண்ண மாட்டேன் டா. நடப்பேன் கொஞ்சம் மெதுவா. இப்ப இங்க ஸ்ட்ரெயின் பண்ணிக்க வேணாம் னு தான் இதையும் எடுத்துட்டு வந்தது.. சரி பை ஃப்ரண்ட்ஸ். உங்க எல்லாரையும் மீட் பண்ணது ரொம்ப சந்தோஷமா இருக்கு. உடம்பில கொஞ்சம் பலம் வந்த மாதிரியும் இருக்கு. தேங்க்ஸ் ஃப்ரண்ட்ஸ். எல்லாரும் வீட்டுக்கு வாங்க கண்டிப்பா.."

"கண்டிப்பா வருவோம் டா.." அனைவரும் ஒரு சேர கூறினர்.

எல்லாரும் சேர்ந்து அபிமனை கார் வரை சென்று ஏற்றி விட்டனர்.

அவனுடைய மனைவி நிரோஷனா வும், மகளும் விடைபெற்றுக் கொண்டு கிளம்பினர்.

"அப்ப நாங்க வர்றோம் ங்க. எல்லாரும் வீட்டுக்கு வாங்க.." என்று அவளும் கூறினாள்.

"வருவோம் நிரோஷனா. கண்டிப்பா எல்லாருமா சேர்ந்து வர்றோம்.." என்று தாரிகா கூறினாள்.

அவர்கள் கிளம்பிச் சென்ற பிறகு, பெண்கள் அனைவரையும் அவரவர்க்கு ஒவ்வொரு ஆட்டோ பிடித்து ஏற்றி விட்டனர் நண்பர்கள்.

அனைவரும் விடைபெறும் போது..

"சரிங்க டி.. ஃபோன் பண்ணுங்க. நாங்களும் பண்றோம். இனிம அடிக்கடி மீட் பண்ணுவோம்.."

யார் முகத்திலும் சிரிப்பு இல்லை. அனைவரும் மன பாரத்துடன் கிளம்பிச் சென்றனர்.

வீட்டுக்கு வந்த தாரிகாவுக்கு மனம் தாளவே இல்லை. உடனே செந்தில் இடம் இதையெல்லாம் சொல்லி அழ வேண்டும் என்று மனது துடித்தது. தன் தாய் தந்தையிடம் தன் வருத்தத்தை காட்டிக் கொள்ளவில்லை தாரிகா.

மறுநாள் காலை ஒன்பது மணிக்கு எல்லாம் சென்னைக்கு கிளம்பி விட்டாள். அவளை அழைத்துச் செல்ல பேருந்து நிறுத்தத்தில் வந்து காத்திருந்தான் செந்தில்.

"என்ன தாரு.. இன்னும் ரெண்டு நாள் இருந்துட்டு கூட வந்திருக்கலாம் இல்ல.. மறுநாளே கிளம்பி வந்துட்ட?.."

"என்ன இருக்கு செந்தில்.. வரணும் னு தோணிச்சு. வந்துட்டேன்.."

"ஏன் உன் முகமே சரியில்ல.. என்ன ஆச்சு?.. ஒண்ணும் பிரச்சினை இல்லியே?.."

"அதெல்லாம் ஒண்ணும் இல்ல செந்தில்.."

"உன் வாய் தான் அப்படி சொல்லுது.. உன் முகமே காட்டிக் குடுக்குதே.. என்னமோ இருக்குன்னு.."

தாரிகா அமைதியாக வரவும், செந்திலும் மேற்கொண்டு கேட்காமல் விட்டு விட்டான் வீட்டில் போய் பேசிக் கொள்ளலாம் என்று.

வீட்டிற்கு வந்ததும் அமைதியாக உள்ளே படுக்கை அறைக்கு சென்று அமர்ந்து இருந்தாள் தாரிகா. பின்னாடியே வந்த செந்தில், அவள் அருகில் அமர்ந்து..

"என்னாச்சு தாரிகா?.. ஏன் இப்படி இருக்க?.."

அதற்காகவே காத்திருந்தவள், அவன் மார்பில் சாய்ந்து கொண்டு ஓவென்று அழ ஆரம்பித்தாள். பதறிப் போனான் செந்தில்..

"ஏய் தாரு, என்னடா ஆச்சு?.. ஏன் இப்படி அழற?.."

ஒன்றும் பதில் பேசாமல், அழுது கொண்டு இருந்தாள் தாரிகா. சிறிது நேரம் அழட்டும் என்று செந்தில் அவளை விட்டு விட்டான். மார்பில் சாய்ந்து கொண்டு இருந்தவளை, தலையை கோதி விட்டு சமாதானம் செய்தான்.

பத்து நிமிடம் நிறுத்தாமல் அழுது விட்டு பிறகு தான் ஓய்ந்தாள் தாரிகா. செந்தில் அவளுடைய முகத்தை நிமிர்த்தி..

"என்ன தாரு, ஏன் இப்படி அழற?.. அப்படி என்ன தான் ஆச்சு?.. ஒரு வேளை ஃப்ரண்ட்ஸ் யாரும் வரலியா நீ நினைச்ச மாதிரி?.."

"அதெல்லாம் இல்லங்க. எல்லாருமே வந்தாங்க.."

"சரி, அப்புறம் ஏன் இப்படி?.."

"ஃப்ரண்ட்ஸ் எல்லாரும் சந்தோஷமா இருப்பாங்க ன்னு நினைச்சேன் செந்தில். ஆனா அப்படி இல்ல. ஒவ்வொருத்தருக்கு ஒவ்வொரு பிரச்சினை. சிலது கேக்கவே மனசு ரொம்ப கஷ்டமா இருக்குங்க.. நிம்மதியாவே இருக்க முடியும் னு தோணல செந்தில். ஏதாச்சும் பண்ணனும். இதுக்கு தீர்வு எதுவும் இல்லியா?.. அப்படியே எப்படி விடமுடியும்?.. என்ன பண்ணலாம் செந்தில்?.. சொல்லுங்க ப்ளீஸ்.."

"வெயிட் வெயிட் தாரிகா. மொதோ நீ கொஞ்சம் ரிலாக்ஸ் பண்ணிக்க. இப்ப தான் ட்ராவல் பண்ணிட்டு வந்திருக்க. கொஞ்ச நேரம் ரெஸ்ட் எடு. என்ன பண்ணலாம் னு அப்புறம் யோசிக்கலாம். சரியா?.. கூல் டியர். நான் இருக்கேன்ல,. பார்த்துக்கலாம். பேசாம இப்ப கொஞ்ச நேரம் தூங்கு. அப்புறம் பேசிக்கலாம்.."

அவன் பேச்சில் கொஞ்சம் ஆறுதல் அடைந்து தூங்க ஆரம்பித்தாள் தாரிகா. முதல் நாள் இரவும் சரியாக தூங்காமல் நிஜமாகவே அவளுக்கு இப்போது தூக்கம் மிகவும் அவசியமாக இருந்தது. இரண்டு மணிநேரம் நன்றாக தூங்கி விட்டாள்.

முழிப்பு வந்ததும், 'அய்யோ நைட்டுக்கு டிஃபன் ஏதாவது செய்யணுமே.. நான் பாட்டுக்கு இப்படி தூங்கிட்டேன.' என்று அவசரம் அவசரமாக எழுந்தாள்.

வெளியே வந்து பார்த்தவளுக்கு, டைனிங் டேபிளில் டிஃபன் செய்து அனைத்தும் ரெடியாக இருக்கவே அப்பாடா என்று இருந்தது. இவள் தூங்கி இருந்ததை கண்டு, செந்திலே எல்லாவற்றையும் ரெடி செய்து இருந்தான். தாரிகா எழுந்து வருவதைப் பார்த்து..

"என்ன தாரு, நல்லா தூங்கினியா?.. சரி போய் ரெஃப்ரெஷ் பண்ணிட்டு வா. சாப்பிடுவோம்.."

தன் இரு மகன்களையும் சாப்பிட அழைத்தான். அனைவரும் சேர்ந்து அமர்ந்து சாப்பிட்டு முடித்தனர். செந்தில், முன்னரே தன் மகன்களிடம் சொல்லி இருந்ததால், இருவரும் தன் தாயிடம் எதுவும் கேட்கவில்லை.அமைதியாக சாப்பிட்டு முடித்து அனைவரும் எழுந்து கொண்டனர். சிறிது நேரம் ஹாலில் அமர்ந்து டிவி பார்த்தனர். பிறகு தாரிகா அனைவருக்கும் பால் கொண்டு வந்து கொடுத்தாள். குடித்து முடித்து அனைவரும் தூங்கச் சென்றனர். செந்திலும் தாரிகாவும் தங்கள் அறைக்கு வந்தனர். செந்தில் மெதுவாக கேட்டான்..

"ம்ம்.. சொல்லு தாரு. இப்ப சொல்லு. என்ன நடந்தது அங்கே?.. ஏன் இவ்வளவு பதட்டம், அழுகை?.. உன் ஃப்ரண்ட்ஸ் ஐ எல்லாம் பார்த்துட்டு சந்தோஷமா வருவ ன்னு பார்த்தா, இப்படி வந்து அழறே. ஏண்டா?.."

செந்தில் பரிவுடன் கேட்டவுடன் தாரிகாவுக்கு மீண்டும் அழுகை முட்டிக் கொண்டு வந்தது. கண்களில் கண்ணீருடன் நடந்ததை எல்லாம் கூறி முடித்தாள்..

"இதெல்லாம் என்னால டைஜஸ்ட் பண்ணவே முடியல செந்தில். நித்யா இப்படி கல்யாணம் ஆகி ஒரே ஒரு வருஷம் தான் சேர்ந்து வாழ்ந்திருக்கா. அப்புறம் அவ ஹஸ்பன்ட் இறந்து இத்தனை வருஷமா இப்படி தனியாவ வாழ்ந்துட்டு இருக்கா. திவாகரும் இப்படித்தான். டைவர்ஸ் ஆயிடுச்சு. ஆனாலும் அவன் சந்தோஷமா இருக்கிற மாதிரி தான் தெரியுது. ஆனா இந்த அபிமன் கலதலய கேட்டுட்டு தான் என்னால தாங்கவே முடியல செந்தில். அவனோட கடைசி நாட்களை எண்ணிட்டு இருக்கான்னு கேக்கறப்ப எப்படி இருக்கும்?.. நீங்களே கொஞ்சம் யோசிச்சு பாருங்க. மனசெல்லாம் பதறுது செந்தில். இதுக்கு ஒண்ணுமே பண்ண முடியாதா?.. இதுக்கு சால்வேஷன் எதுவும் இல்லியா?.. ஏதாச்சும் பண்ணனும் செந்தில். ப்ளீஸ் சொல்லுங்க.. ஏதாவது ஐடியா சொல்லுங்க.."

அவள் குரலில் தாங்க முடியாத வேதனையும் பதட்டமும் தெரிந்தது. ஏதாவது செய்து இதெல்லாம் நிஜமில்லை என்று செய்ய முடியாதா?.. என்கிற ஆதங்கம் தெரிந்தது அவளுக்குள்.

"இந்தா பாரு தாரு, மொதோ இப்ப நீ பண்ண வேண்டியது என்னன்னா, கண்ணை மூடி கொஞ்ச நேரம் மூச்சை நல்லா இழுத்து விடு. ஒரு அஞ்சு தடவை அப்படி செய்.." என்று செந்தில் கூறினான்.

தாரிகாவும் அப்படியே செய்தாள்.

"ம்ம்.. இப்ப மனசு கொஞ்சம் ரிலாக்ஸ் ஆயிருக்கா?.."

"ம்ம்.. கொஞ்சம் பரவாயில்லை செந்தில் இப்ப.. பதட்டம் கொஞ்சம் குறைஞ்சிருக்கு.."

"சரி, இப்ப நான் உனக்கு மொதோ சொல்லப்போறது என்னன்னா, இப்ப நீ இதையெல்லாம் உன் மனசால யோசிக்க கூடாது. உன் மூளையால யோசிக்கணும்.. புரிஞ்சதா?.."

"சரி, புரியுது செந்தில்.. ட்ரை பண்றேன் சொல்லுங்க.."

"பொதுவா நாம எந்த சூழ்நிலையையும் நாம டென்ஷன் ஆகாம ஹேண்டில் பண்ண கத்துக்கணும். அப்ப தான் நம்மளால யோசிக்கவே முடியும். ஒண்ணு அந்த சூழ்நிலையை நமக்கு சாதகமா மாத்த முயற்சி செய்யணும். இன்னொன்னு என்னன்னா, சில சூழ்நிலைகளை நம்மால மாத்த முடியாது. அந்த மாதிரி மாத்த முடியாததை நாம அதை அப்படியே ஏத்துக்க பழகிக்கணும். இது கஷ்டம் தான். ஆனா வேற வழியில்ல. சில பிரச்சினைகள் அப்படித்தான்.."

தாரிகா அமைதியாக கேட்டுக் கொண்டிருந்தாள். செந்தில் நிறுத்தி விட்டு மீண்டும் அவனே தொடர்ந்தான்.

"இப்ப உன் தோழி நித்யா விஷயத்தை எடுத்துக்க. இன்னும் கூட வயசிருக்கு வாழ்றதுக்கு. நாம எல்லாரும் சேர்ந்து அவங்க வீட்டு பெரியவங்க கிட்ட பேசி, அவங்களை கன்வின்ஸ் பண்ணி, ஒரு நல்ல பையனா பார்த்து கல்யாணம் பண்ணி வைக்கலாம். கண்டிப்பா அது முடியும். திவாகருக்கும் அப்படித்தான் அவருக்கு விருப்பம் இருந்தால். ஆனா அபிமனை எடுத்துக்கிட்டா, அவரோட நோயோட தன்மை அப்படி. ஒரு வேளை ரொம்ப சீக்கிரமா கவனிச்சிருந்தா, இன்னும் ரொம்ப நாள் வரை அவர் இருக்கிறதுக்கு சான்ஸ் இருக்கு. ஆனா அவருக்கு ஃதேர்ட் ஸ்டேஜ். ஒண்ணும் பண்ண முடியாது. இந்த மாதிரியான ஒரு சூழ்நிலையில உண்மையை நாம ஏத்துக்கிட்டு தான் ஆகணும். ஆனா நம்மளால ஒண்ணு மட்டும் பண்ண முடியும்.."

இவ்வளவு நேரம் அமைதியாக கேட்டுக் கொண்டிருந்த தாரிகா..

"என்னங்க அது?.. சொல்லுங்க.." என்று ஆர்வமாக கேட்டாள். ஏதாவது செய்து அபிமனை காப்பாற்ற முடியாதா என்பது தான் அவளின் ஏக்கம்.

"அவன் இருக்கிற வரை அவனை சந்தோஷமா வச்சிக்கிறது தான் அது. இப்போதைக்கு அவனோட சந்தோஷம் நீங்க எல்லாரும் தான். உங்க ஃப்ரண்ட்சிப் தான். சோ, நீங்க ஏன் எல்லாரும் சேர்ந்து கொஞ்ச நாள் ஒரே வீட்ல இருக்கக்கூடாது?.."

"என்னது?.. என்ன சொல்றீங்க செந்தில்?.. அது முடியுமா?.."

"ஏன் முடியாது?.. ஒரு பெரிய வீட்டை வாடகைக்கு எடுங்க. ஒரு அஞ்சு மாசமோ ஆறு மாசமோ எல்லாரும் ஒண்ணா அந்த வீட்ல இருங்க. அபிமனுக்கு எவ்வளவு எவ்வளவு சந்தோஷத்தை குடுக்க முடியுமோ குடுங்க.. எனக்கு தெரிஞ்சு அபிமன் விஷயத்துல நீங்க செய்ய வேண்டியது இது தான்.."

"அப்படியா சொல்றீங்க?.."

தாரிகா உடனே யோசனையில் மூழ்கினாள். யோசிக்க யோசிக்க அவளுக்கும் இது தான் சரியென்று பட்டது.

மறுநாள் காலையில் வேகமாக வேவைகளை முடித்தாள் தாரிகா. பிறகு முதலில் ராகவ் க்கு ஃபோன் செய்தாள். செந்தில் கூறிய அனைத்தையும் ஒன்று விடாமல் சொன்னாள். அதைக் கேட்ட ராகவ்..

"ஏய் சூப்பர் டி.. நல்ல ஐடியா. உடனே இதை கவனிப்போம். நான் இன்னைக்கு நைட்டு தான் டி கிளம்பறேன். நாளைக்கு தான் அங்கே வந்து சேருவேன். நாளைக்கு எல்லாரும் பேசுவோம். பேசிட்டு முடிவெடுப்போம். சரியா?.."

"சரி டா. நான் கல்பனா, காயத்ரி கிட்டயும் இதைப்பத்தி பேசறேன். அவங்களும் யோசிச்சு வைக்கட்டும். என்னடா சரியா?.."

"சரிடி பேசு.. மிச்சம் நாளைக்கு பேசுவோம் பை.."

"பை டா.."

உடனே கல்பனாவுக்கும் காயத்ரிக்கும் ஃபோன் செய்து அவர்களின் யோசனையையும் கேட்டாள். அவர்களும் இது நல்ல யோசனை. அப்படியே செய்யலாம் என்று சொன்னார்கள்.

நண்பர்கள் மூவரும் இந்த யோசனைக்கு ஒத்துக் கொண்டதில் அவளுக்கு மனம் கொஞ்சம் தெளிவும் நிம்மதியும் அடைந்தது போல் இருந்தது. எப்படியாவது விரைவில் அபிமனை சந்தித்து அவனுக்கு அனைவரும் சேர்ந்து ஒரு சர்ப்ரைஸ் சந்தோஷம் கொடுக்க வேண்டும் என்று நினைத்தாள்.

ஆனால் மறுநாள் காலையில் விடிந்ததும் வேறொரு எதிர்பாராத செய்தி வரப்போகிறது என்பதை அவர்கள் யாரும் அப்போது அறிந்திருக்க.வில்லை.

தாரிகா, அபிமன் சந்தோஷமாக இருக்க வேண்டும் என்பதற்காக, நண்பர்கள் அனைவரும் சில மாதங்கள் ஒன்று சேர்ந்து ஒரே வீட்டில் இருப்பது என்று செந்தில் சொன்ன யோசனையை ராகவ், காயத்ரி, கல்பனா இவர்கள் மூன்று பேரிடமும் சொன்னதில் அவர்களும் இதை ஆமோதிக்க, மறுநாள் அனைவரும் பேசிக் கொள்ளலாம் என்று முடிவு எடுத்தனர். தாரிகாவும் கொஞ்சம் மன நிம்மதி அடைந்தாள்.

ஆனால் மறுநாள் காலை அவர்களுக்கு எதிர்பாராத அதிர்ச்சி ஒன்று காத்திருந்தது. காலை மணி எட்டு இருக்கும். தாரிகாவின் அலைபேசி அடித்தது. சமையல் அறையில் இருந்த தாரிகா, வேகமாக அடுப்பை அணைத்து விட்டு வந்தாள். ராகவ் தான் லைனில் இருந்தான். அதற்குள்ளாகவே செய்து விட்டானே.. என்று நினைத்தபடி எடுத்து பேசினாள்..

"ஹலோ, குட்மார்னிங் டா. என்னடா வந்துட்டியா?.. அதுக்குள்ள பண்ணிட்டே?.." என்று ஆச்சரியமாக கேட்டாள்.

"ஏய் இருடி இரு. என்ன கொஞ்சம் பேச விடு. அதாவது சங்கீதா ஃபோன் பண்ணிருந்தா.." என்று இழுத்தான் ராகவ். அவன் குரலில் தயக்கமும் பதட்டமும் இருப்பது போல் பட்டது தாரிகாவுக்கு.

"ஏண்டா என்ன விஷயம்?.. உன் குரலே சரியில்ல. என்ன பிரச்சினை?.. இவ்வளவு காலையில எதுக்கு சங்கீதா உனக்கு ஃபோன் பண்ணா?.." அவளுக்கும் பதட்டம் தொற்றிக் கொண்டது.

"இருடி இரு. பதட்டப்படாத. ஒண்ணும் பிரச்சினை இல்ல. சரியாயிடுச்சு.."

"டேய், ஒழுங்கா சொல்றியா?.. நீ சொல்றது எனக்கு கூட கொஞ்சம் டென்ஷனா இருக்கு. சொல்லுடா சீக்கிரம்.."

"சங்கீதா ஃபோன் பண்ணா. அந்த முட்டாள் சரவணன் தற்கொலைக்கு முயற்சி பண்ணிருக்கான்.."

சொல்லி முடிப்பதற்குள்..

"டேய் என்னடா சொல்ற?.." என்று அழும் குரலில் கேட்டாள் தாரிகா.

"பதட்டப்படாத டி. உடனே சங்கீதா பார்த்துட்டா. அதனால ஒண்ணும் பிரச்சினை ஆகல. ஆனாலும் அவனை எதுக்கும் இருக்கட்டும் னு ஹாஸ்பிடல் அழைச்சிட்டு வந்திருக்கா. நான் இப்ப ஹாஸ்பிடல் தான் கிளம்பிட்டு இருக்கேன். நீயும் வந்துரு.. நான் திவாகர் கிட்டயும் திலீபன் கிட்டயும் சொல்லிர்றேன். நீ மத்தவங்க கிட்ட கொஞ்சம் சொல்லிரு. அபிமனுக்கு இது தெரிய வேண்டாம்.நான் எந்த ஹாஸ்பிடல் னு உனக்கு மெசேஜ் பண்ணி விட்றேன். வந்துரு. எல்லாரையும் வரச் சொல்லிரு.."

"டேய் ஏண்டா இப்படி எல்லாம் ஆகுது நமக்கு?.. அன்னைக்கு கூட நல்லா தானே டா இருந்தான். அதுக்குள்ள என்னடா ஆச்சு அவனுக்கு. இப்படி எல்லாம் போய் செஞ்சிருக்கான்.."

"சரி டி என்ன பண்றது விடு. அது தான் ஒண்ணும் பயமில்ல னு சொல்லிட்டா ல்ல.. என்னன்னு போய் கேப்போம். நல்லா சாத்துவோம் அவன. கிளம்பி வாங்க எல்லாரும்.." என்று சொல்லி விட்டு ஃபோனை வைத்தான்.

தாரிகா செந்திலிடம் அனைத்தையும் சொல்லி புலம்பினாள். பிறகு நண்பர்கள் அனைவருக்கும் ஃபோன் செய்து தகவல் சொன்னாள். அனைவரும் அதிர்ச்சி அடைந்தனர். உடனே வருவதாக கூறினார்கள்.அதற்குள் ராகவ் இடம் இருந்து மெசேஜ் வந்தது. அவள் கிளம்பும் போது, செந்தில் தானும் வருவதாக கூறவும், இருவருமாகவே சென்றார்கள்.

இவர்கள் அங்கு போகும் போது ராகவ் பேசிக் கொண்டு இருந்தான். சங்கீதா ஒரு ஓரத்தில் நின்று அழுது கொண்டு இருந்தாள். பின்னாடியே நண்பர்கள் அனைவரும் பதறியபடி வந்து விட்டனர்.

"என்ன ஆச்சு?.. சரவணன் ஏன் இப்படி செஞ்சான்?.." அனைவரும் கேட்கவும்..

"வெளியே நின்னு பேசாதீங்க. எல்லாரும் உள்ள ரூம்ல வாங்க.." ராகவ் தான் பேசினான்.

"ஏய் சங்கீதா, என்னடி நடந்தது?.. எல்லாரும் இப்ப தானடி மீட் பண்ணோம். இன்னும் நீங்க பெங்களூர் ல உங்க வீட்டுக்கு கூட திரும்பல. அதுக்குள்ள அப்படி என்ன பிரச்சினை வந்துச்சு?.." தாரிகா சங்கீதா விடம் கேட்டாள்.

"அவ கிட்ட கேட்டா பாவம் அவ என்ன பண்ணுவா?.. இதோ இந்த முட்டாள் கிட்ட கேளு வந்து.." கோவமாக பேசினான் ராகவ்.

தலைகுனிந்து உட்கார்ந்து இருந்தான் சரவணன்.

"டேய் சரவணா, ஏண்டா இப்படி பண்ணே சொல்லுடா.." திவாகருக்கும் கோவம் வந்தது.

"டேய் எல்லாரும் கேக்கறோம் ல. வாயை மூடிட்டு உட்கார்ந்து இருக்க. சொல்லுடா.."

"நானே சொல்றேன் ராகவ்.." சங்கீதா பிரச்சினையை கூற தானே முன்வந்தாள்.

"லண்டன் ல இருந்து வந்து ஒரு அஞ்சு வருஷம் கழிச்சு, அங்கே க்ளோஸா இருக்கிற ஒரு ஃப்ரெண்ட் கூட சேர்ந்து ஃபைனான்ஸ் பிசினஸ் ஆரம்பிச்சான். வேணாம் னு எத்தனை தடவை சொன்னேன். கேக்கல. அந்த ஃப்ரெண்ட் தான், இதில இன்னும்

நல்லா சம்பாதிக்கலாம் னு ஆசை காட்டி இருக்கான். இவனுக்கும் பேராசை வந்திருச்சு. நமக்கு இப்ப என்ன குறை?.. நாம நல்லா தானே இருக்கோம். வீடு கூட வாங்கிட்டோம். இங்க சென்னை லேயும் ஒரு வீடு இருக்கு. இதெல்லாம் பத்தாது ன்னு அதில போய் விழுந்தான். நிறைய இன்வெஸ்ட் பண்ணிட்டான். இப்ப அந்த ஃப்ரண்ட் பணத்தை தூக்கிட்டு ஓடிட்டான். இப்ப பணம் போட்டவங்க எல்லாம் இவனை போட்டு பிடுங்குறாங்க. நேத்து இருந்து ஃபோனுக்கு மேல ஃபோன். அவ்வளவு தான் இதையெல்லாம் ஃபேஸ் பண்ண சாருக்கு பயம். அது தான் இதில இருந்து தப்பிக்க இப்படி பண்ணியிருக்காரு. வேற யாரு எப்படி போனா இவருக்கு என்ன?.." என்று அவளும் கோவத்துடனே கூறினாள்.

சரவணன் குற்ற உணர்வுடன் தலை குனிந்து உட்கார்ந்து இருந்தான்.

"சாரி டி. அந்த நேரத்தில என்ன பண்றது ன்னு தெரியாம இப்படி ஒரு முடிவு எடுத்துட்டேன் டி. ஆனா இப்ப நினைச்சு பார்த்தா அது எவ்வளவு பெரிய முட்டாள்தனம் னு தெரியுது. ப்ளீஸ் டி, என்னை மன்னிச்சிடு.."

"எவ்வளவு டா பணம் தேவைப்படுது?.." திலீபன் கேட்டான்.

"ஒரு முப்பது இலட்சம் தேவைப்படும் டா.."

"நாம எல்லாரும் சேர்ந்து கொஞ்சம் கொஞ்சம் நம்மால முடிஞ்சதை குடுக்கறோம் டா.."

"ஆமா டா.. நல்ல யோசனை. நான் ஒரு அஞ்சு இலட்சம் தர்றேன்.." ராகவ் உடனே கூறினான்.

"வேணாம் டா அதெல்லாம், உங்களுக்கு எதுக்கு சிரமம்?.." சரவணன் அவசரமாக கூறினான்.

"நீ பேசாம இரு டா. ஒரு அவசரத்துக்கு கூட உதவி செய்யல என்னா, அப்புறம் ஃப்ரண்ட்ஸ் னு நாங்க எதுக்கு இருக்கோம்?.." தில்பன் சொல்லவும்..

"ஆமா டா, நானும் அஞ்சு இலட்சம் தர்றேன் டா.."

இப்படி நண்பர்கள் அனைவரும் தங்களால் முடிந்ததை தருவதாக சொன்னார்கள்.

தாரிகா, காயத்ரி, கல்பனா கூட தங்கள் பங்குக்கு ஒரு இலட்சம், இரண்டு இலட்சம் என்று தருவதாக ஒத்துக் கொண்டார்கள்.

"நாளைக்கே உனக்கு ஜிபே பண்ணிர்றோம் டா.." என்று அனைவரும் சொல்லவும் சங்கீதாவுக்கு அப்பாடா என்று இருந்தது.

"இதெல்லாம் நான் கொஞ்சம் கொஞ்சமா திருப்பி தந்துருவேன் டா.." சரவணன் நா தழுதழுக்க கூறினான்.

"அதெல்லாம் பார்த்துக்கலாம் அப்புறம். ஒண்ணும் அவசரம் இல்ல.."

"ரொம்ப தேங்க்ஸ் டா உங்க எல்லாருக்கும்.." சொல்லும் போதே கண்ணீர் வந்தது சங்கீதா வுக்கு.

பிறகு மருத்துவமனையில் இருந்து சரவணனை அன்றே வீட்டிற்கு அழைத்துச் சென்றார்கள். அவர்களுடன் நண்பர்கள் அனைவருமே சென்றனர்.

காயத்ரி, கல்பனா இருவரும் ஊருக்கு கிளம்ப வேண்டும் என்று சொல்லி அவர்கள் கிளம்பி விட்டனர்.

"அபிமன் வீட்டுக்கு எப்ப போறோம், என்னன்னு எல்லாரும் பேசிட்டு சொல்லுங்க.. வர்றதுக்கு ட்ரை பண்றோம்.." என்று சொல்லி விட்டு சென்றனர்.

சரவணன் வீட்டில் வந்தவுடன் ராகவ் அதைப் பற்றின பேச்சை பேசத் தொடங்கினான்.

"ஃபிரண்ட்ஸ் எல்லாரும் கேளுங்க. அபிமன் இப்ப இருக்கிற நிலைமையை நம்மளால மாத்த முடியாது. அதை நாம அக்செப்ட் பண்ணிட்டு தான் ஆகணும். பட் நாம எல்லாருமா சேர்ந்து அவனை ஹேப்பியா வச்சிக்க முடியும். சொல்லப்போனா அவன் எந்த அளவுக்கு ஹேப்பியா இருக்கிறானோ, அந்த அளவுக்கு அவனோட முடிவு தள்ளிப்போகக் கூட வாய்ப்பிருக்கு. சோ அதுக்கு நாம ஒரு மூணு மாசமோ நாலு மாசமோ எல்லாரும் சேர்ந்து ஒரே வீட்ல இருந்தா என்ன?.."

"இதெல்லாம் சரிப்பட்டு வருமாடா.." சங்கீதா கேட்டாள்.

"கண்டிப்பா சரியா வரும். இந்த ஐடியா சொன்னது தாரிகாவோட ஹஸ்பன்ட் செந்தில் சார் தான்.." என்று சொல்லி விட்டு செந்திலிடம்..

"ரொம்ப தேங்க்ஸ் செந்தில். உங்க ஐடியா ரொம்ப சூப்பர்.." என்று கூறினான் ராகவ்.

"அதனால என்ன இருக்கு?.. பாவம் உங்க ஃப்ரண்ட் க்கு இப்போதைக்கு தேவை சந்தோஷம். அது உங்க எல்லாராலயும் தான் கொடுக்க முடியும். அதைத் தான் நான் சொன்னேன்.."

"ஆமா செந்தில். நீங்க சொல்றது ரொம்ப கரெக்ட். மொதோ அபிமன் கிட்ட பேசுவோம். அப்புறம் ஒரு பெரிய வீடா பார்ப்போம். வர முடியறவங்க வாங்க. வர முடியாதவங்க முடிஞ்ச வரைக்கும் ஒரு மாசம் கூட வரலாம். ஃபேமிலி யை கூட கூட்டிட்டு வரலாம். எதுக்கும் எந்த பிரச்சனையும் இல்ல.. சரி தானே?.. டேய் திலீபன், நீ என்ன டா பண்ற?.. உன்னால வர முடியுமா?.."

"பார்க்கிறேன் டா. நான் எப்பவும் ஆஃபிஸ் க்கு வாரத்துல ஒரு நாள் தான் போவன். மத்த நாள் எல்லாம் வீட்ல இருந்து தான் செய்வேன். இப்ப கேட்டுப் பார்க்கிறேன். மூணு மாசம் தொடர்ந்து வீட்ல இருந்து பண்ற மாதிரி, பார்ப்போம்.."

அனைவருக்கும் இந்த ஐடியா பிடித்துப் போக, மறுநாளே அபிமன் வீட்டுக்கு சென்று பேசுவது என்று முடிவு எடுத்தனர்.

பாகம் - 11

மறுநாள் காலையில் அனைவரும் பேசியது போல் அபிமன் வீட்டிற்கு வந்தனர். அனைவரையும் சேர்ந்து பார்த்ததில் அபிமனுக்கு ஏக சந்தோஷம். முகம் மலர உற்சாகத்துடன் வரவேற்றான்.

முதலில் சிறிது நேரம் சாதாரணமாக பேசிக் கொண்டு இருந்தனர். பிறகு நண்பர்கள், தாங்கள் அனைவரும் சேர்ந்து எடுத்த முடிவை கூறினர்.

எப்போதும் போல் ராகவ் தான் பேச்சைத் தொடங்கினான்..

"டேய் அபிமன், நாங்க எல்லாரும் சேர்ந்து ஒரு யோசனை பண்ணிருக்கோம் டா.."

"சொல்லுடா என்னது?.."

"நாங்க எல்லாரும் உன் கூட கொஞ்ச நாள் வந்து தங்கலாம் னு நினைக்கிறோம் டா,. நீ என்ன சொல்ற?.."

"ஹே, சூப்பர் டா பசங்களா.. ஐ ஆம் லக்கி. நாங்க எல்லாரும் சேர்ந்து ஒண்ணா இருக்கப்போறோம் னா அதைவிட எனக்கு வேற என்ன டா சந்தோஷம் இருக்கப் போகுது?.. இதை நான் எதிர்பார்க்கவே இல்ல. ஐ ஆம் எக்சைட்டிங்.."

"தெரியும் டா. நீ ரொம்ப சந்தோஷப்படுவ ன்னு தெரியும். அதுக்கு தான் பெருசா ஒரு வீடு வாடகைக்கு பார்க்கலாம் னு.."

"ஏண்டா, இந்த வீட்டுக்கு என்ன டா?.. நல்லா பெருசா தானே இருக்கு. மேலயும் ரெண்டு ரூம் இருக்கு டா. எல்லாரும் தாராளமா இங்கேயே தங்கிக்கலாம் டா.."

"அப்படியா சொல்ற?.."

"ஆமா டா.. அபிமன் சொல்றது சரி தான். இங்கேயே நாம தங்கிக்கலாம்.. ஒண்ணும் பிரச்சினை இல்ல. நம்ம எல்லாருக்கும் இங்க இடம் சரியா வந்துரும்.." திவாகர் கூறினான்.

"அப்புறம் என்ன?.. வேல ரொம்ப சிம்பிள் ஆயிருச்சு. என்னடி தாரிகா.. நீ என்ன சொல்ற?.. ஒண்ணுமே பேச மாட்டேன்ற?.."

"என்ன இருக்கு டா. அபிமன் சொல்றது சரி தான். நாம எல்லாரும் இங்கேயே தங்கிக்கலாம். எனக்கு ரொம்ப சந்தோஷமா இருக்கு. அப்புறம் ஒண்ணு சொல்லணும் டா. நான் எல்லாம் என் ஹஸ்பண்ட் ஓட தான் பா வருவேன். ஆமா சொல்லிட்டேன்.."

"ஏண்டி நல்லா கூட்டிட்டு வா. அவர் இல்லாமயா?.. சொல்லப்போனா இந்த ஐடியா இனிஷியேட் பண்ணதே அவர் தானே. கண்டிப்பா நீ அவரையும் கூட்டிட்டே வா. இன்ஃபாக்ட் நானும் என் மனைவியோட தான் வருவேன்.." என்று ராகவ் கூறவும்..

"ஆமா டா முடிஞ்சா குழந்தைங்களையும் அழைச்சிட்டு வாங்க எல்லாரும். சூப்பரா இருக்கும். என் பொண்ணுக்கும் ஃப்ரண்ட்ஸ் கிடைச்சா மாதிரி இருக்கும். எல்லாரும் நல்லா என்ஜாய் பண்ணுவாங்க.." என்று அபிமன் உற்சாகமாக கூறினான்.

"சொல்லப்போனா எனக்கு இப்பவே கொஞ்சம் மனசில, தைரியம் அதிகம் ஆன மாதிரி இருக்கு. உடம்பிலேயும் தெம்பு கூடினாப்பல இருக்கு.."

அபிமன் இப்படி சொன்னவுடன் நண்பர்கள் அனைவருக்கும் நிஜமாகவே சந்தோஷமாக இருந்தது. அபிமன் விஷயத்தில் தாங்கள் எடுத்த இந்த முடிவு மிகவும் சரியானது என்று நினைத்து அனைவரும் உற்சாகம் ஆனார்கள்.

"சோ கயஸ், எல்லாரும் எப்ப வர்றீங்க?.." அபிமன் கேட்டான்.

"என்னடா எப்ப வருவோம்?.. இன்னைக்கி டியூஸ்.டே.சாட்டர்.டே வருவோமா?.." தாரிகா கேட்டாள்.

"ம்ம்.. ஓகே, சாட்டர்.டே வந்துருவோம். கன்ஃபர்ம் பண்ணிக்கோங்க டா.." திவாகர் கூறவும்..

"நானும் சங்கீதாவும் இப்ப இங்க இருந்து அப்படியே பெங்களூர் கிளம்பறோம் டா. நான் ஆஃபிஸ்ல பெர்மிஷன் கேக்கறேன், கொஞ்ச நாள் வீட்ல இருந்து வேலை பார்க்கிற மாதிரி. அநேகமா கிடைச்சிரும். அடுத்த வாரம் கிளம்பி வர்றோம். நான் போய் தகவல் சொல்றேன் டா.." என்று சரவணன் கூறினான்.

"நான் இங்க இருந்தே ஆஃபிஸ்க்கு கால் பண்ணி பேசறேன் டா.. வாரத்துக்கு ஒரு தடவை போறது, ரெண்டு மாசம் கழிச்சு வர்றேன் னு கேட்டுப் பார்க்கிறேன். ஒத்துப்பாங்க ன்னு தான் நினைக்கிறேன். அப்படி இல்லன்னா ஒரு மாசம் கழிச்சு வர்றதா கேக்கறேன். என் மனைவி நேத்ரா வையும் வரச் சொல்லிர்றேன் குழந்தைங்களை கூட்டிட்டு. சோ நான் சாட்டர்.டே வந்துருவேன்.." என்று திலீபன் கூறினான்.

"அது சரி, நித்யா எப்படி வருவா?.. அவ மாமியார் விடுவாங்களா?.. இந்தா இன்னைக்கி கூட வரல ன்னு சொல்லிட்டா.. என்ன பண்றது?.." தாரிகா கேட்டாள்.

"நாம நாளைக்கு வேணா நேர்ல போவோம் டி. எல்லாரும் சேர்ந்து பேசுவோம். அவ மாமியாரை எப்படியாவது கன்வின்ஸ் பண்ணி அவளையும் அழைச்சிட்டு வருவோம்.." ராகவ் கூறினான்.

"அது மட்டும் இல்ல டா. நமக்கு இன்னொரு கடமையும் இருக்கு. நித்யாவுக்கு ஒரு நல்ல மாப்பிள்ளை யா பார்த்து கல்யாணம் பண்ணி வைக்கணும். இங்க வந்ததுக்கு அப்புறம் அதையும் கவனிக்கணும். மொதோ நித்யா கிட்டயும் இதைப்பத்தி பேசணும்.." தாரிகா இதைக் கூறவும்..

"ஏய் சூப்பர் டி. உன்னை மாதிரி ஒரு ஃப்ரண்ட் கிடைக்க உண்மையிலேயே நாம எல்லாரும் குடுத்து வச்சிருக்கணும் டி. எப்படி எல்லாம் யோசிக்கிற பாரு. இந்த யோசனை நமக்கு தோணாம போச்சு பாரேன். கண்டிப்பா செய்வோம். நம்ம ஃப்ரண்ட்ஸ் சந்தோஷத்துக்காக நாம என்ன வேணா செய்யலாம்.."

"சரிவாங்க, எல்லாரும் லஞ்ச் சாப்பிட வாங்க.. நேரமாயிடுச்சி. அபிமன், வாங்க எல்லாரையும் அழைச்சிட்டு வாங்க.." அபிமனின் மனைவி நிரோஷனா வந்து அழைத்தாள்.

அவளுக்கு தன் கணவன் இத்தனை நாட்கள் கழித்து மிகவும் சந்தோஷமாகவும் உற்சாகமாகவும் இருப்பதை பார்த்து அவளுக்கும் மகிழ்ச்சியாய் இருந்தது. மதிய சாப்பாடு வெளியில் இருந்து ஆர்டர் செய்து வாங்கி இருந்தாள். அதற்குள், அனைவரும் வரும் போது சமையலுக்கு என்று, தனக்கு தெரிந்த சமையல்காரி டம் பேசி அவருடன் இன்னொருவரையும் சேர்த்து அழைத்து வரும் படி சொல்லி, ஏற்பாடு செய்து விட்டாள். அவளைப் பொறுத்தவரை கணவன் எப்படியாவது தன்னை மறந்து சிரித்துக் கொண்டு சந்தோஷமாக இருந்தால் அதுவே அவளுக்கு மனநிறைவை தருவதாக இருந்தது.

அனைவரும் மதிய உணவை முடித்துக் கொண்டு கிளம்பினர். முதலில் சரவணனும் சங்கீதாவும் ஊருக்கு கிளம்பினார்கள். ராகவ் அவர்களை வழியனுப்ப என்று வாசல் வரை வந்தவன்..

"டேய் சரவணா, நாங்க எல்லாரும் இங்க இருந்து வீட்டுக்கு போனவுடனே உன்னோட அக்கவுண்ட் க்கு பணம் அனுப்பிடுவோம் டா. போனவு னே மொதோ இந்த பிரச்சினையை முடி. பணம் குடுக்க வேண்டியவங்களுக்கு குடுத்து முடி சரியா?.. இனிமே இந்த மாதிரி ஒரு முட்டாள்தனமான யோசனை எல்லாம் பண்ணாத. சரி தானே?.. எதுவா இருந்தாலும் எங்க கிட்ட சொல்லு. நாங்க இருக்கோம். அப்புறம் எப்படியாவது பெர்மிஷன் கேட்டு வந்து சேர்ற வழியைப் பாரு. உனக்கும் சங்கீதாவுக்கும் இப்ப ஒரு சேஞ்ச்

வேணும் கண்டிப்பா.. அதனால வராம இருந்துடாத. என்னடி சங்கீதா..கேக்கறே ல்ல?.."

"சரி டா கண்டிப்பா வருவோம். எல்லாரும் சேர்ந்து இருக்கப்போற இந்த ஒரு சான்ஸ் ஐ விட முடியுமா?.. எல்லா பிரச்சினையும் முடிச்சிட்டு கண்டிப்பா அடுத்த வாரம் வந்துருவோம். நான் கால் பண்றேன் டா.. பை டா.."

இருவரும் கிளம்பிச் சென்ற பிறகு அனைவரும் அபிமனிடம் விடைபெற்றார்கள்.

"எல்லாரும் சனிக்கிழமை வந்துருங்க டா. நான் எதிர்பார்த்துட்டே இருப்பேன்.." அபிமன் கூறினான்.

"நானும் சமையலுக்கு கூட ஆள் ரெடி பண்ணிட்டேன். சனிக்கிழமை யில இருந்து வந்திருவாங்க.." நிரோஷனா வும் தன் பங்குக்கு கூறினாள்.

"ஓகே டா. கண்டிப்பா வந்துருவோம். பை டா. பை நிரோஷனா.."

"பின்ன நித்யா வீட்டுக்கு நாளைக்கு போவோமா டி?.." ராகவ் கேட்டான்.

"நாளைக்கழிச்சு போவோம் டா. நாளைக்கு கொஞ்சம் வேலை இருக்கு.." என்று தாரிகா சொன்னாள்.

"டேய் திவாகர், திலீபன் நீங்களும் வாங்க. எல்லாரும் போவோம். அப்ப தான் அவங்களை கன்வின்ஸ் பண்ண முடியும்.."

"ஆமா டா. கண்டிப்பா நாங்களும் வர்றோம் டா. எல்லாருமாவே சேர்ந்து போலாம்.." திவாகரும் திலீபனும் கூறினார்கள்.

அனைவரும் கிளம்ப, அபிமன் சனிக்கிழமை எப்போது வரும்?.. என்று தன் நண்பர்கள் அனைவரும் ஒன்று சேரும் நாளுக்காக

மிகவும் ஆர்வத்துடனும் ஆனந்தத்துடனும் காத்திருக்க ஆரம்பித்தான்.

பாகம் - 12

அன்று சனிக்கிழமை. அபிமன் ஆர்வத்துடன் எதிர்பார்த்து காத்துக் கொண்டிருந்த அந்த சனிக்கிழமை வந்து விட்டது.

அபிமன் அன்று காலையில் சீக்கிரமாகவே எழுந்து குளித்து முடித்து, காலை டிஃபனையும் முடித்துக் கொண்டு வாசலை நோக்கியபடி ஒரு சேரைப் போட்டு அமர்ந்து கொண்டான்.

"அப்பா, இன்னைக்கி என்னப்பா சீக்கிரமாவ ரெடியாயிட்டீங்க?.. என்னப்பா விசேஷம்?.. ரொம்ப ஹேப்பி யாவும் இருக்கீங்க?.." அபிமனின் பெண் ஆஷிகா கேட்டாள்.

"இன்னைக்கி உங்கப்பாவோட காலேஜ் ஃப்ரண்ட்ஸ் வர்றாங்க ஆஷிகா. அதுவும் கொஞ்ச நாள் இங்கேயே ஸ்டே பண்ணப் போறாங்க. அது தான் உங்கப்பாவுக்கு ஒரே குஷி.." நிரோஷனா கூறினாள்.

"ஆமா ஆஷிகா. அப்பா ரொம்ப ஹேப்பி யா இருக்கேன் டா. ஃப்ரண்ட்ஸ் ன்னால ஜாலி தானே.. ஹேப்பி தானே? இல்லியா, நீ என்ன சொல்ற நிரோஷனா?.."

"கண்டிப்பா ங்க. இதில எந்த ஒரு மாற்றுக் கருத்தும் இல்ல இருக்கவும் முடியாது. நிஜமாவே நீங்க லக்கி தான் ங்க. ஒவ்வொருத்தர் ஒவ்வொரு இடத்தில இருக்காங்க. எல்லாரும் உங்களுக்காக அட்ஜஸ்ட் பண்ணிட்டு வரப்போறாங்க. ஏன் வெளியூரில இருந்து கூட வர்றதா சொல்லி இருக்காங்க. இது என்ன சின்ன விஷயமா?.. எத்தனை உறவு இருந்தாலும் நண்பர்கள் மாதிரி யாரும் வரமுடியாது. நட்பு ன்னால சம்திங் ஸ்பெஷல் தான். இல்லியா அபிமன்?.." என்று நிரோஷனா உணர்ச்சி வசப்பட்டு கூறினாள்.

அந்த நேரத்தில் டிவியில் தளபதி படப் பாடல் ஓடிக் கொண்டிருந்தது..

பாசம் வைக்க நேசம் வைக்க..

தோழன் உண்டு வாழ வைக்க..

அவனைத் தவிர உறவுக்காரன் யாரும் இங்கில்ல..

உள்ள மட்டும் நானே உசிரைக் கூட தாரேன்..

என் நண்பன் கேட்டா வாங்கிக்க ன்னு சொல்லுவேன்..

என் நண்பன் போட்ட சோறு..

நிதமும் தின்னேன் பாரு..

என் நட்பைக் கூட..

கற்பைப் போல எண்ணுவேன்..

"பாரு, டிவி லயும் ஃப்ரண்ட்சிப் பத்தி தான் பாட்டு ஓடிட்டு இருக்கு. வரிகள் ஒவ்வொண்ணும் அற்புதம் இல்லியா?.." என்று அந்த பாடலில் ஒன்றிப் போனான் அபிமன். அந்த பாடல் முடியும் வரை அவனும் சேர்ந்து பாடிக் கொண்டு இருந்தான்.

"பாருங்க, இந்த மாதிரி நீங்க பாட்டு எல்லாம் பாடி எத்தனை நாள் இருக்கும்?.. உங்க ஃப்ரண்ட்ஸ் வர்றாங்க ன்ன உடனே உங்களுக்கு பாட்டு எல்லாம் வருது பாருங்க. ஆனாலும் எனக்கு உங்களைப் பார்த்தா கொஞ்சம் பொறாமையா தான் ங்க இருக்கு.. எனக்கு இந்த மாதிரி ஃப்ரண்ட்ஸ் யாரும் இல்லியே ன்னு.." என்று கூறினாள் நிரோஷனா.

"நீ ஏன் நிரோஷனா அப்படி சொல்ற?.. என் ஃப்ரண்ட்ஸ் உனக்கும் ஃப்ரண்ட்ஸ் தானே. நீ ஏன் இப்படி நினைக்கிற?.."

இவர்கள் இப்படி பேசிக் கொண்டிருக்கையில் வாசலில் கார் நிற்கும் சத்தம் கேட்டது. தாரிகாவும் செந்திலும் உள்ளே நுழைந்தனர்.

"குட் மார்னிங் டா அபிமன்.." சொல்லிக் கொண்டே உள்ளே நுழைந்தாள் தாரிகா

"வெரி குட் மார்னிங் தாரிகா. வாங்க செந்தில், குட் மார்னிங். உங்களை பார்த்ததில ரொம்ப சந்தோஷம்.

அபிமன் குடும்பத்தினர் அவர்களை மகிழ்ச்சியுடன் வரவேற்று உபசரித்தனர்.

"என்ன உன் பசங்க வரல?.. அவங்களையும் அழைச்சிட்டு வந்திருக்கலாம் இல்ல?.. அவங்க மட்டும் தனியா எப்படி இருப்பாங்க?.." என்று அபிமன் கேட்டான்.

"இல்ல இல்ல, அப்பா அம்மா வந்திருக்காங்க. பெரியவனுக்கு பரிட்சை இருக்கு. அதனால விட்டுட்டு வந்துட்டோம்.." தாரிகா கூறினாள்.

"என்ன அபிமன் எப்படி இருக்கீங்க?.." செந்தில் கேட்டான்.

"ம்ம்.. நல்லா சூப்பரா இருக்கேன் செந்தில்.." அபிமன் உற்சாகமாக பதிலளித்தான்.

அவனுடைய பதிலில் அனைவரும் சந்தோஷம் அடைந்தனர்.

அதற்குள் ராகவ் தன் மனைவி ராதிகா மற்றும் தன் இரு பெண் குழந்தைகளுடன் வந்து சேர்ந்தான். கூடவே நித்யாவும் வந்திருந்தாள்.இரண்டு நாட்களுக்கு முன்பே நண்பர்கள் சேர்ந்து நித்யா வீட்டுக்கு சென்று அவளுடைய மாமனார் மாமியாரிடம் அபிமன் வீட்டிற்கு வர அனுமதி வாங்கி விட்டனர். மாமனார் எந்த ஆட்சேபமும் தெரிவிக்கவில்லை. மாமியார் தான் முதலில் மறுத்தவர் பிறகு இவர்கள் பேசியதில் அரை மனதுடன் சம்மதம் தந்தார்.இவர்களிடம் சம்மதம் தெரிவித்து விட்டு நித்யா விடம் திரும்பவும் ஏதாவது ஆட்சேபம் சொன்னால் என்ன செய்வது என்று யோசித்த ராகவ் வரும் போதே நித்யா வீட்டுக்கு சென்று அவளையும் இவர்கள் கூடவே அழைத்து வந்து விட்டான்.

"ஹலோ ஃபிரண்ட்ஸ், ஹாய் ஹாய்.. எல்லாரும் எப்படி இருக்கீங்க?.. நாங்களும் வந்துட்டோம்.." வரும் போதே உற்சாகத்துடன் பேசிக் கொண்டு வந்தான் ராகவ்.

அவனுடைய உற்சாகம் அனைவரையும் தொற்றிக் கொண்டது.

"வாடா வா. வாங்க.." என்று வரவேற்றான் அபிமன்.

"ஹே நித்யா, வா வா எப்படி இருக்க?.."

"நான் நல்லா இருக்கேன் அபிமன். நீ எப்படி இருக்க?.."

"நானும் நல்லா இருக்கேன்

"திஸ் இஸ் மை வொய்ஃப் ராதிகா. இவங்க ரெண்டு பேரும் என் செல்லப் பொண்ணுங்க சஹானா செவன்த் படிக்கிறா. இவ அஹானா ஃபிப்த் படிக்கிறா.." என்று தன் குடும்பத்தை அறிமுகப்படுத்தினான் ராகவ்.

"ஆஷிகா, பாரு உனக்கு ஃபிரண்ட்ஸ் கிடைச்சிட்ங்க பாரு. உள்ளே கூட்டிட்டு போடா. போய் விளையாடுங்க குட்டீஸ்.." என்று குழந்தைகளை உள்ளே அனுப்பி வைத்தான். புது நண்பர்கள் கிடைத்த சந்தோஷத்தில் அவர்களும் உற்சாகம் ஆயினர்.

கொஞ்ச நேரத்தில் திவாகரும் வந்து விட்டான்.

அனைவரும் சேர்ந்து கிண்டலும் கேலியுமாக பொழுதை கழித்தனர். சமையல்காரர் காலையிலேயே வந்து வேலையை ஆரம்பித்து இருந்தார். துணைக்கு இன்னொருவரையும் அழைத்து வந்திருந்ததால், நிரோஷனாவிடம் விவரங்கள் கேட்டு மடமடவென்று தங்கள் வேலையை பார்த்துக் கொண்டு இருந்தனர். மதியம் நான்கு வகை காய்கறிகளுடன் பாயாசம் அப்பளம் என்று ஜமாய்த்து இருந்தனர்.

அபிமனும் அன்று என்னமோ, தன் நண்பர்களுடன் அமர்ந்து சாப்பிட்டதால் எப்போதும் விட ரசித்து ருசித்து கூட கொஞ்சம் சாப்பிட்டான். அதுவே அனைவருக்கும் மிகுந்த மகிழ்ச்சியை அளித்தது.

மறுநாள் திலீபன் வந்து விட்டான். அவனுடைய மனைவி நேத்ரா வும், மகனும் மகளும் அடுத்த வாரம் வியாழக்கிழமை வருவார்கள் என்றும் சொன்னான்.

அதற்கு அடுத்த நாள், காயத்ரி தன் கணவனுடன் வந்து விட்டாள். கூட்டுக் குடும்பம் என்பதால் தன் மகனையும் மகளையும் வீட்டில் விட்டு வந்திருந்தாள். அடுத்ததாக கல்பனாவும் தன் கணவனுடன் வந்தாள். அவளும் தன் குழந்தைகளை தன் சகோதரி வீட்டில் விட்டு வந்திருந்தாள். அந்த வாரமே சரவணன், சங்கீதா தங்கள் குழந்தைகளுடன் வந்து விட்டனர். பிறகு திலீபனின் மனைவி மக்களும் அமெரிக்கா வில் இருந்து வந்தனர்.

அனைவரும் வந்து வீடே நிரம்பி இருந்தது. கல்யாண வீடு போல் விழாக்கோலம் பூண்டிருந்தது.

பெண்கள் அனைவரும் சேர்ந்து தங்குவதற்கு இரண்டு அறைகளை எடுத்துக் கொண்டனர். ஆண்களில் சிலர் ஒரு அறையிலும், மீதம் இருப்பவர்கள் குழந்தைகளுடன் வரிசையாக ஹாலில் படுத்துக் கொண்டனர். அபிமன் மட்டும் தன் மனைவியுடன் ஒரு அறையில் இருந்து கொண்டான். ஆஷிகா மற்ற குழந்தைகளுடன் படுத்துக் கொண்டாள்.

சமையலுக்கு ஆள் இருந்தாலும் பெண்கள் தாங்களும் சேர்ந்தே சமையல் செய்தனர்.

தினமும் ஆடிப் பாடி சந்தோஷமாக பொழுது போனது அனைவருக்கும். காரம்போர்ட், செஸ் என்று விளையாடி மகிழ்ந்தனர். அனைவரும் அந்தாக்ஷரி எல்லாம் விளையாடினர்.

ஒரு வாரம் சென்ற பிறகு, ஒரு நாள் காயத்ரி தாரிகாவிடம் மெதுவாக நித்யாவின் திருமண விஷயத்தைப் பற்றிய பேச்சை எடுத்தாள்.

பாகம் - 13

நண்பர்கள் அனைவரும் அபிமன் வீட்டில் கூடி விட்டனர். வீடு கலகலவென்று இருந்தது. அனைவரும் சந்தோஷமும் கும்மாளமும் ஆக பொழுதைக் கழித்தனர்.

ஒரு வாரம் சென்ற பிறகு, காயத்ரி மெதுவாக தாரிகாவிடம் கேட்டாள்..

"ஏண்டி தாரிகா, நித்யா கல்யாண விஷயம் என்னாச்சு?.. அவளுக்கு ஒரு நல்ல மாப்பிள்ளையா பார்க்கணும் னு பேசினோம் இல்லியா?.."

"ஆமா டி. கண்டிப்பா பார்க்கணும். ஒரு வாரம் ஆகட்டும் னு தான் நானும் வெயிட் பண்ணேன்.."

"நித்யா கிட்ட பேசியாச்சா டி?.. அவளுக்கு இதைப் பத்தி தெரியுமா?.."

"இல்லடி. இனிமே தான் பேசணும். ஆனா எனக்கு தெரிஞ்ச வரைக்கும் அவளுக்கு இதில சம்மதம் னு தான் டி நினைக்கிறேன்.."

"ஆமா டி. ஒரு வேளை அவ ஏதாவது மறுப்பு சொன்னான்னா அவளுக்கு நாங்க பேசி புரிய வப்போம் டி.."

"அது சரி, ஏண்டி ஏதாவது நல்ல வரன் வச்சிருக்கியா?.."

"ஆமா டி. எனக்கு கொழுந்தனார் ரெண்டு பேர் இருக்காங்க ன்னு சொன்னேன் ல டி. அதில ஒருத்தர் மனைவியை இழந்துட்டாரு. நாப்பத்தி ரெண்டு வயசு தான் ஆகுது. ஏழு வருஷம் ஆகுது மனைவி இறந்து. குழந்தை கூட இல்ல. ரொம்ப நல்லவர் டி. இங்கே சென்னையில தான் இருக்கார். அவருக்கும் கல்யாணம் பண்றதுக்கு ஒரு நல்ல பொண்ணா பார்த்துட்டு இருக்காங்க. நான் என் மாமியார் கிட்ட சொன்னேன் நித்யாவைப் பத்தி. அவங்களுக்கும் இதில எந்த ஆட்சேபணையும் இல்ல. நித்யா

கிட்ட பேசிட்டு மேற்கொண்டு பேசலாம் னு நினைச்சிட்டு வந்துட்டேன்.."

"சூப்பர் டி காயூ. தெரிஞ்சவங்கள இருந்தா ரொம்ப நல்லது தான் டி. உன் மாமியார் கூட ரொம்ப நல்ல மாதிரி ன்னு சொல்லிருக்க ல்ல. நித்யா கிட்ட பேசிட்டு, எல்லார் கிட்டயும் இதைப்பத்தி சொல்லுவோம் டி. எனக்கு என்னமோ மாப்பிள்ளையை வெளியே தேடறதை விட இதையே முடிக்கலாம் னு தோணுது. நித்யா கிட்ட இப்பவே பேசிரலாம்.."

சமையல் அறையில் இருந்த நித்யாவை, தாரிகா சென்று அழைத்து வந்தாள்.

"ஏய் நித்யா, உட்காரு டி. உன் கிட்ட கொஞ்சம் பேசணும்.."

"சொல்லுடி, அப்படி என்ன ரகசியம்?.. ரெண்டு பேரும் மட்டும் இருக்கீங்க?.."

"ரகசியம் எல்லாம் ஒண்ணும் இல்ல டி. கொஞ்சம் முக்கியமான விஷயம். அது தான்.."

"சரி சொல்லு டி.."

"உன் வீட்டுக்காரர் இறந்து போறப்ப உனக்கு ஒரு இருபத்தஞ்சு வயசு இருக்குமா?.. ரொம்ப சின்ன வயசு தானடி?.. ஏன் உன் கல்யாணத்தைப் பத்தி யாருமே யோசிக்கல?.."

"யாருடி யோசிக்கிறது?.. என் வாழ்க்கை இப்படி ஆயிருச்சு ன்ற அதிர்ச்சியில முடியாம இருந்த என் அப்பா, அடுத்த மூணு மாசத்துல போயிட்டாரு. அந்த வருத்தத்திலேயே எங்கம்அமாவும் போய் சேர்ந்துட்டாங்க. எனக்கு கூடப் பொறந்தவங்க யாராச்சும் இருந்திருந்தா நான் அவங்க பொறுப்பில இருந்திருக்கலாம். என்ன பண்றது?.. யாரும் இல்லாம ஒரு அநாதை மாதிரி இருந்தேன் அப்ப. அதில இருந்து நான் வெளியே வர்றதுக்கே ஒரு வருஷம் ஆயிருச்சு..." என்று சொல்லி கொஞ்சம் நிறுத்தினள்.

அவளுடைய அந்த பழைய நினைவுகள் தந்த வேதனை அவளுக்குள் இன்னும் தீராத ஒரு வலியில், சிறிது நேரம் தன்னைத்தானே ஆசுவாசப்படுத்திக் கொண்டாள். தன்னிலைக்கு வந்த பிறகு மீண்டும் தொடர்ந்தாள்..

"அம்மா இருக்கிற வரை அம்மா வீட்ல இருந்தேன். அப்புறம் மாமியார், அங்கே வரச்சொல்லி கூப்டாங்க. எனக்கும் அடுத்தடுத்து நடந்த பிரச்சினையில, மனசளவில ரொம்ப தான் பலவீனம் ஆயிட்டேன். அதனால எந்த முடிவும் என்னால தைரியமா எடுக்க முடியல. அவங்க கூட போயிட்டேன். ஆனா அங்க நான் அனுபவிக்கிற கொடுமை இருக்கே, அப்பப்பா.. என் மாமியார் வார்த்தையால கொல்லுவாங்க டி. வேலைக்கு போறதால தப்பிச்சேன். ஆனா வீடு விட்டா ஆஃபிஸ். ஆஃபிஸ் விட்டா வீடு. அப்படி இல்லாம வேற எங்கயும் போகக்கூடாது. கொஞ்சம் லேட்டானா ஆயிரம் கேள்வி கேப்பாங்க. ஒரு புது சேலை நல்லதா கட்டிரக் கூடாது. உடனே, யாரு உன்னை பார்க்கப்போறா?.. இப்படி அலங்காரம் பண்ணிருக்க?.. இப்படி எல்லாம் வாய்க்கு வந்த மாதிரி கேப்பாங்க. எனக்கும் சின்ன வயசு தானே?.. புருஷன் இறந்துட்டா எந்த ஆசையும் எனக்கு இருக்கக்கூடாதா டி?.. யாரும் பார்க்கத் தான் நம்மள அலங்கரிக்கணுமா?.. ஏன் நம்மளை நாமே கண்ணாடியில பார்த்துக்கலாம் இல்ல?.. விடுடி இதெல்லாம் நினைச்சா மனசு கஷ்டம் தானே?.." என்று சொல்லி பெருமூச்சு விட்டாள்.

"ரொம்ப வருத்தமா இருக்கு டி நித்யா. நமக்குள்ளயும் அப்ப கான்டாக்ட் இல்ல. இருந்திருந்தா நாங்க உனக்கு ஆறுதலா இருந்திருப்போம். உன் மாமியார் வீட்ல உனக்கு சப்போர்ட்டுக்கு வேற யாரும் இல்லியா டி?.."

"அப்படி இல்ல. மாமியார் மட்டும் தான் இப்படி. மாமனாரும் கொழுந்தனாரும் எனக்கு சப்போர்ட் பண்ணி பேசுவாங்க.."

"ஓ அப்படியா டி?.. ரொம்ப நல்லதாப் போச்சு. இப்ப கூட நீ கல்யாணம் பண்ணிக்கலாமே டி. இப்ப தான் நாங்க எல்லாரும்

இருக்கோம் உனக்கு. நாங்க பார்த்து உனக்கு பண்ணி வைக்கிறோம் டி. நீ என்ன சொல்ற?.."

"சொல்லப்போனா எனக்கும் ஓகே தான் டி. உடனே சம்மதம் சொல்றேன் ன்னு நினைக்காதீங்க டி. எனக்கு அந்த வீட்ல இருந்து விடுதலை கிடைச்சா போதும். எங்கயும் வெளியே போகாம நாலு சுவத்துக்குள்ள அடைஞ்சிட்டு, தனிமை ரொம்ப கொடுமை டி. இன்னும் எனக்கு பைத்தியம் பிடிக்கல ன்றது தான் ரொம்ப ஆச்சரியம். அதில என் கொழுந்தன் பொண்டாட்டி இருக்காளே, அப்பா அவ செய்ற அலம்பல் தாங்க முடியாது தெரியுமா.. வேணும்னே என் எதுக்க அவ புருஷன் கிட்ட ஒட்டிக்கிட்டு வழிஞ்சு வழிஞ்சு பேசுவா தெரியுமா?.. இப்படி அடுத்தவங்க மனசு நோகடிக்கிறதில அப்படி என்ன ஒரு சந்தோஷமோ தெரியல.. ஆனா பாவம் கொழுந்தன் அதை விரும்ப மாட்டாரு. என் எதிர்ல பொண்டாட்டி அப்படி செய்றது அவருக்கு பிடிக்காம விலகிப் போவாரு. ரொம்ப சங்கடமா தான் ஃபீல் பண்ணுவாரு.. அதனால எனக்கு அங்கே இருக்கப் பிடிக்கல டி. ஆனா கல்யாணம் னு நினைச்சா கூட பயமா தான் இருக்கு. வர்றவன் எப்படி இருப்பான், என்னன்னு தெரியாம, ஒரு ஜெயில்ல இருந்து இன்னொரு ஜெயிலுக்கு போற மாதிரி ஆயிரக்கூடாது ல்ல டி.."

நித்யா நீளமாக பேசி முடித்தாள். இத்தனை வருடங்களாக தன் மனதில் தேக்கி வைத்திருந்த வேதனையை யாராவது காது கொடுத்து கேட்க மாட்டார்களா என்று ஏங்கிக் கொண்டிருந்தது போல் தன் மன பாரத்தை தன் தோழிகளிடம் இறக்கி வைத்தாள் நித்யா.

"அந்த மாதிரி கவலை எல்லாம் உனக்கு வேணாம் டி. நம்ம காயத்ரி யோட கொழுந்தன், ரொம்ப நல்லவராம் டி. அவருக்கும் மனைவி இல்ல. ரெண்டு பேரும் பேசிப் பாருங்க டி. உனக்கு பிடிச்சிருந்தா, ஒத்து வந்தா பார்க்கலாம் நித்யா. என்ன சொல்ற?.."

"ஏய் அதுக்குள்ளயும் மாப்பிள்ளை கூட பார்த்தாச்சா?.. என் மேல உங்களுக்கு தான் எவ்வளவு அக்கறை டி. எனக்காகவும்

கவலைப்பட யாராவது இருக்காங்க ன்னு நினைக்கிறப்ப ரொம்ப சந்தோஷமா இருக்கு டி.."

இதைச் சொல்லும்போது கண்கள் குளமாகி விட்டன நித்யாவுக்கு.

"ஏய் என்னடி இது?.." என்று அவள் கண்ணீரை துடைத்து விட்டாள் தாரிகா.

"பின்ன நம்ம ஃபிரண்ட்ஸ் எல்லார் கிட்டயும் இதைப்பத்தி சொல்லிட்டு அடுத்து என்ன செய்யணும் னு பார்ப்போம். சரி தானே டி?.."

காயத்ரி உற்சாகம் பொங்க கேட்டாள்.

"என் மாமியார் கிட்ட சொல்ல வேண்டாமா டி?.. என்ன சொல்வாங்களோ?.. மாமனார் கண்டிப்பா இதுக்கு ஒத்துப்பார். எனக்கு நல்லது நடந்தா அவர் கண்டிப்பா சந்தோஷம் தான் படுவார். கொழுந்தனும் அப்படித்தான். சொல்லப்போனா அவரே ஒரு முறை என்னோட கல்யாணத்தைப் பத்தி பேசி இருக்காரு. அதுக்கு மாமியார் பேசத்தகாத விஷயத்தை பேசின மாதிரி, அவரை நல்லா திட்டிட்டாங்க. பாவம் அதுக்கு அப்புறம் அவர் இதைப்பத்தி வாயே தொறக்கல.."

"ஓ அப்புறம் என்ன டி?.. உங்க வீட்லய நமக்கு சப்போர்ட்டுக்கு ஆள் இருக்கு. நாம எல்லாரும் போய் பேசி அவங்களை ஒத்துக்க வைப்போம். அவங்க இதுக்கு ஒத்துக்கிட்டு தான் ஆகணும்.."

"சரி வாங்க, நாம மொதோ பசங்க கிட்ட பேசுவோம்.."

தாரிகா, அனைவரிடமும் முக்கியமான விஷயம் பேச வேண்டும் என்று அனைவரையும் ஒன்று கூட்டினாள். இவர்கள் மூவரும் பேசின அனைத்து விஷயங்களையும் கூறினாள்.

"ஹேய், ரொம்ப நல்ல விஷயம் டி. உடனே இதை கவனிப்போம். மொதோ காயத்ரியோட மாமனார் மாமியார்

கிட்ட பேசுவோம். அப்புறம் மாப்பிள்ளை கிட்ட பேசுவோம். அவர்தான் சென்னையில தானே இருக்காரு. அதனால ஒண்ணும் பிரச்சினை இல்ல. எல்லாம் சரியா வந்தது என்னா நித்யாவும் அவரும் மனசு விட்டு பேசட்டும். எல்லாமே ஓகே ஆனப்பறம் நித்யா மாமியார் வீட்டுக்கு போய் பெரியவங்க கிட்ட பேசலாம். என்னடா சொல்றீங்க?.."

ராகவ் உற்சாகமாக தன்னுடைய திட்டத்தை கூறினான். அனைவரும் அதை ஆமோதித்தனர்.

நடக்கப் போகும் நல்ல விஷயத்தை நினைத்து நண்பர்கள் அனைவரும் குதூகலம் ஆகி விட்டனர். கல்யாணப் பெண்ணான நித்யாவை அப்போதே கலாய்க்க ஆரம்பித்து விட்டனர்.

நிதாயா வெட்கம் கலந்த மகிழ்ச்சியில், இத்தனை வருடங்கள் கழித்து தன் நண்பர்களால் தன்னுடைய சந்தோஷம் திரும்பப் போவதை நினைத்து அனைவரையும் பெருமை பொங்க பார்த்துக் கொண்டு இருந்தாள்.

பாகம் - 14

நண்பர்கள் அனைவரும் சேர்ந்து தங்கள் தோழி நித்யாவுக்கு மறுமணம் செய்து வைக்க முடிவெடுத்து, அதற்கான வேலைகளையும் மும்முரமாக கவனிக்க ஆரம்பித்து விட்டனர்.

தாமதிக்காமல் மறுநாளே காயத்ரி உடைய மாமியாருக்கு அலைபேசி மூலம் தொடர்பு கொண்டனர். காயத்ரி முதலில் தன் அத்தையிடம் தாங்கள் பேசிய அனைத்து விஷயங்களையும் கூறினாள். ஏற்கனவே அவள் அதைப்பற்றி அவர்களிடம் கூறி இருந்ததால் உடனே அவர் புரிந்து கொண்டார். பின்பு தாரிகாவிடம் கொடுத்து பேச வைத்தாள்.

"அம்மா வணக்கம். காயத்ரி சொன்னாம்மா உங்க மகனைப் பத்தி. எங்க நித்யாவும் ரொம்ப நல்ல பொண்ணு. அது தான் ரெண்டு பேரும் பேசிட்டு முடிவு எடுக்கட்டும் னு நினைக்கிறோம் மா. நீங்க என்ன ம்மா சொல்றீங்க?.."

"ரொம்ப சந்தோஷம். நீங்க எல்லாரும் சேர்ந்து உங்க தோழிக்கு கல்யாணம் பண்ணி வைக்கணும் னு நினைக்கிறது ரொம்ப பெருமையான விஷயம் மா. நான் என் மகன் கிட்ட பேசிட்டு உங்களுக்கு சொல்றேன். அப்புறம் ரெண்டு பேரும் பேசறதுக்கு ஏற்பாடு பண்ணலாம். ரெண்டு பேரும் சம்மதம் சொல்லிட்டாங்க ன்னா நாங்க உடனே கிளம்பி அங்க வர்றோம். அடுத்த வேலைங்களை உடனே கவனிப்போம். சரி தானே மா?.."

"ரொம்ப சந்தோஷம் மா. அப்படியே செய்வோம். இப்ப வச்சிட்றேன் ம்மா.."

அனைவரும் சந்தோஷத்தில் குதித்தனர். காயத்ரியின் அத்தையும் தாமதம் செய்யாமல் அன்று மாலையே தன் மகனிடம் கேட்டு, காயத்ரியை அழைத்து தங்கள் பக்க சம்மதத்தை தெரிவித்தார்கள். மனைவியை இழந்த தன் மகனுக்கு திருமணம் அமைவதில் அவர்களுக்கும் சந்தோஷம் இருக்கத் தானே செய்யும்.

காயத்ரியும் உடனே தன் கொழுந்தன் கவுதம் க்கு ஃபோன் செய்து பேசினாள். மறுநாளே இருவரும் சந்தித்து பேச ஏற்பாடு செய்யப்பட்டது. ராகவ் வும் கவுதம் உடன் பேசினான். பிறகு காயத்ரியின் மாமனாரிடமும் அனைத்து விஷயங்களையும் முறைப்படி பேசி சம்மதம் வாங்கினான். அடுத்த நாள் கவுதம் ஐ மதியம் லஞ்ச் க்கு அழைப்பு விடுத்தனர் நண்பர்கள்.

அடுத்த நாள் கவுதம் சரியாக பண்ணி ரெண்டு மணிக்கு அபிமன் வீட்டுக்கு வந்து விட்டான்.முதலில் அனைவரும் அறிமுகம் செய்து கொண்டனர். பின்னர் சிறிது நேரம் பொதுவான விஷயங்கள் பேசிக் கொண்டு இருந்தனர். கவுதம் அதிகம் தயங்காமல் சகஜமாகவே பேசினான்.

பின்னர் அனைவரும் சேர்ந்து மதிய உணவு உண்டு முடித்தனர். காயத்ரி அபிமன் ஐ பற்றியும், அதனால் தாங்கள் நண்பர்கள் அனைவரும் ஒன்றாக ஒரே வீட்டில் கொஞ்ச நாள் சேர்ந்து இருப்பதற்காக அபிமன் வீட்டில் வந்து தங்கி உள்ளதையும் விவரமாகச் சொல்லி இருந்தாள். அதனால் அவன் அதைப்பற்றி எதுவும் கேட்கவில்லை.

நான்கு மணி ஆன பிறகு, கவுதம் நித்யாவை அழைத்துக் கொண்டு வெளியே கிளம்பினான். இருவரும் கடற்கரைக்கு சென்று ஒரு இடத்தில் அமர்ந்து கொண்டனர். அது வரையில் அதிகம் எதுவும் பேசிக்கொள்ளவில்லை இருவரும். அமர்ந்த பின் கவுதம் முதலில் பேச்சை ஆரம்பித்தான்..

"சோ நித்யா, நாங்க ரெண்டு பேரும் தனியா பேசிக்கணும் னு எங்களை வெளியே அனுப்பி இருக்காங்க.." என்று நிறுத்தி விட்டு தொடர்ந்தான்.

" நான் கவுதம். அண்ணி உங்க கிட்ட சொல்லி இருப்பாங்க என்னைப் பத்தி. இருந்தாலும் நானும் சொல்லணும் னு நினைக்கிறேன். நான் இப்ப ஒரு வருஷமா தான் சென்னை யில இருக்கேன். அதுக்கு முன்னாடி நானும் பெங்களூர் தான். எங்க பிசினஸ் தான் பார்க்கிறேன். இங்க சென்னை யில ஒரு வருஷம்

முன்னாடி தான் புது பிரான்ஞ்ச் ஆரம்பிச்சு இருக்கோம். நான் அதைத் தான் பார்த்துக்கிறேன். நீங்க என்ன பண்றீங்க?.. உங்களைப் பத்தி சொல்லுங்க. வேலைக்கு போறீங்களா எப்படி?.."

"ஆமாங்க நான் காலேஜ் முடிஞ்சு கம்ப்யூட்டர் கோர்ஸ் தனியா படிச்சிட்டு, ஒரு சின்ன கம்பெனியில வேலை பார்த்துட்டு இருக்கேன்.."

"உங்களைப் பத்தி எல்லா விவரமும் சொன்னாங்க. மனசுக்கு கஷ்டமா இருந்தது. உங்களுக்கு இப்ப செகண்ட் மேரேஜ் பண்ணிக்க எந்த ஆட்சேபணையும் இல்லியே?.. சம்மதம் தானே?.. இல்ல, ஏன் கேக்கறேன் னா, உங்க ஃபிரண்ட்ஸ் சொல்றதால நீங்க ஓகே சொல்லலியே?.. முன்னாடியே கேட்டுக்கறது நல்லது இல்லியா?.. அது தான் கேக்கறேன்.."

"அப்படி கிடையாது. எனக்கு ஓகே தான். ஆனா கொஞ்சம் பயம் மட்டும் தான் இருக்கு. ஆக்ட்சுவலா எல்லாரும் சொல்றப்ப நான் ஒத்துக்கிட்டதுக்கு காரணம் என்னோட தனிமை தான். தனிமையை வெறுக்கிறேன் நான். எனக்கு ன்னு ஆறுதலா இருக்கிறதுக்கு, ஆறுதலா பேசறதுக்கு யாரும் இல்ல. ஆனா நானா கல்யாணத்தைப் பத்தி இதுவரைக்கும் யோசிச்சதில்ல. ஃபிரண்ட்ஸ் எல்லாரையும் பார்த்ததுக்கு அப்புறம், அவங்க தான் இந்த பேச்சை ஆரம்பிச்சாங்க. ஏன் கூடாது ன்னு எனக்கும் தோணிச்சு. சோ ஓகே சொல்லிட்டேன். உங்களுக்கு எப்படி? மனப்பூர்வமா சம்மதம் சொல்றீங்களா?.."

"எஸ்.. எனக்கு கல்யாணம் ஆறப்ப என் வயசு இருபத்தி எட்டு. கல்யாணம் ஆகி ரெண்டு வருஷத்துல என் மனைவிக்கு அவளோட ரெண்டு சிறுநீரகமும் பழுதாயிருச்சு. டயாலிசிஸ் பண்ணிட்டு தான் இருந்தோம். ஆபரேஷன் பண்ண அவளுக்கு ஏத்ததா கிட்னி கிடைக்கல. அஞ்சு வருஷம் அதோட இருந்தா. அவ இறந்து ஏழு வருஷம் ஆயிருச்சு. அதுக்கு அப்புறம் இப்ப ஒரு வருஷமா கல்யாணம் பண்ணிக்க சொல்லி அம்மா சொல்லிட்டு இருந்தாங்க. அது தான் அண்ணி உங்களைப் பத்தி

சொன்னவுடனே அம்மாவுக்கு பிடிச்சு போச்சு. எனக்கும் ஓகே தான்..."

"எனக்கு திருமணம் முடிஞ்சு ஒரு வருஷத்துல என் ஹஸ்பன்ட் இறந்துட்டாரு. அப்ப எனக்கு வயசும் கம்மி தான். ஆனா கல்யாணப் பேச்சை எடுக்கக் கூட ஆளில்ல அந்த நேரத்தில. அது தான் இப்ப இத்தனை வருஷம் கழிச்சு, இதெல்லாம் சரிப்பட்டு வருமா ன்னு மனசுல ஒரு பயம்.."

"உங்க பயம் எனக்கு புரியுது நித்யா. கவலைப்படாதீங்க. கல்யாணம் பண்ணிட்டு நாம மொதோ நல்ல நண்பர்களா இருப்போம். ஒருத்தரை ஒருத்தர் நல்லா புரிஞ்சிப்போம். எப்ப நமக்குள்ள நட்புக்கு மீறிய ஒரு உணர்வு, அதாவது நாம ரெண்டு பேரும் எப்ப காதலிக்க ஆரம்பிக்கிறோமோ, அப்ப நாம கணவன் மனைவியா வாழ ஆரம்பிப்போம். அது வரைக்கும் நாம ஃபிரண்ட்ஸ் மட்டும் தான். என்ன ஓகே தானே உங்களுக்கு?.. டீல் பிடிச்சிருக்கா?.."

சிரித்துக் கொண்டே கேட்டான் கவுதம். அவன் பேசியதில் மனசு கொஞ்சம் இலேசானது போல் உணர்ந்தாள் நித்யா.

"என்ன பதில காணோம்?.."

"ம்ம்.. எனக்கு ஓகே. டபுள் ஓகே.." என்று சொல்லி அவளும் சிரித்தாள்.

அங்கிருந்து கிளம்பும் போது, இருவருக்கும் மனம் நிறைந்திருந்தது. நித்யாவின் எளிமையான அழகும், கனிவான பேச்சும், அமைதியும் அடக்கமும் அவன் மனதைக் கவர்ந்து விட்டன. கவுதமின் பண்பான பேச்சும், நாகரீகமான அணுகுமுறையும் அவளைக் கவர்ந்து விட்டன.

தாம் இருவரும் மணம் செய்து கொள்ளப் போகிறோம் என்பதை அப்போது தான் உணர்ந்தவர்களாய், மனதில் சந்தோஷம் பரவுவதை உணர்ந்தனர். இருவருடைய மனமும் சிறகடித்துப் பறந்தது.

பாகம் - 15

தனியாக சந்தித்து பேசிக் கொண்ட கவுதம், நித்யா இருவருக்கும் கடற்கரையில் இருந்து வீடு திரும்பும் போது, மகிழ்ச்சி நிறைந்து இருந்தது மனதில்.

இவர்களின் சந்தோஷமான முகத்தைப் பார்த்தே அனைவரும் தெரிந்து கொண்டனர் அவர்களின் மனநிலையை. ஆனாலும் நண்பர்கள், இருவரிடம் தனித்தனியாக பேசினர். தங்களின் மனப்பூர்வமான சம்மதத்தை தெரிவித்தனர் கவுதமும் நித்யாவும்.

அனைவருக்கும் ஒரே மகிழ்ச்சி, உற்சாகம். அதற்கு அடுத்ததாக என்ன செய்ய வேண்டும் என்று பேசிக் கொண்டனர். மறுநாளே நித்யா வீட்டிற்கு சென்று, வீட்டு பெரியவர்களிடம் பேசி சம்மதம் வாங்குவது என்று முடிவு செய்தனர்.

மறுநாள் ஞாயிற்றுக்கிழமை. லீவு நாள் என்பதால் அபிமன், நிரோஷனா மற்றும் குழந்தைகளையும் தவிர மற்ற அனைவரும் செல்வதாக முடிவு செய்தனர். நித்யாவின் கொழுந்தன் கணேஷ் இடம் மட்டும் தாங்கள் வரும் விஷயத்தை நித்யா மூலமாக தெரிவித்தார்கள்.

மறுநாள் காலையில் பத்து மணிக்கே நித்யா வீட்டிற்கு சென்று விட்டனர். கணேஷ் அவர்களை முகம் மலர வரவேற்று அமர வைத்தான். முதலில் பரஸ்பர அறிமுகத்திற்கு பிறகு விஷயத்திற்கு வந்தனர். அனைவரின் சார்பாக ராகவ் தான் பேசினான்.

"சார், நாங்க எல்லாரும் நித்யா வோட ஃபிரண்ட்ஸ். நான் சொல்லப்போற விஷயம் உங்களுக்கு பிடிக்கல ன்னா தயவு செஞ்சு என்னை மன்னிச்சிக்கோங்க.."

"ஏன் அப்படி என்ன சொல்லப் போறீங்க?.." நித்யாவின் அத்தை தான் கேட்டார். அந்த அம்மாவின் குரலிலேயே அவருடைய கோவம் தெரிந்தது.

"இரு பார்வதி, அவங்க இன்னும் விஷயத்தையே சொல்லல. அதுக்குள்ள எதுக்கு இப்படி கோவப்படற?.. நீங்க சொல்ல வந்தத சொல்லுங்க தம்பி.." நித்யாவின் மாமனார் இவர்களுக்கு ஆதரவாக பேசினார்.

"சார், நித்யாவுக்கு நாங்க கல்யாணம் பண்ணி வைக்கணும் னு நினைக்கிறோம்.."

"என்னது கல்யாணமா?.. இதைப் பத்தி தான் பேச வந்திருக்கீங்க ன்னு தெரிஞ்சிருந்தா உங்களை எல்லாம் வீட்லயே சேர்த்திருக்க மாட்டேன். கல்யாணமாம் இல்ல. மொதோ எல்லாரும் வெளியே போங்க.." என்று கத்தினாள் அந்த அம்மாள்.

"அம்மா, ஏம்மா இப்படி சத்தம் போட்றீங்க?.. இப்படி இத்தனை வருஷமா அண்ணிய வீட்ல அடைச்சு வச்சிருந்தீங்க. நானும் அப்பாவும் ஏதாவது சொன்னாலும் சத்தம் போட்டு எங்க வாய அடைச்சிட்டீங்க. இப்ப அவங்க சார்பா பேச வந்தவங்களயும் வெளியே போகச்சொன்னா நான் ஒத்துக்க மாட்டேன் ம்மா. அவங்களை முழுசா பேச விடுங்க.."

கணேஷ் தன் அம்மாவிடம் கொஞ்சம் கடிந்து பேசவும் அமைதியானார் அந்த அம்மாள்.

"ஆமா பார்வதி. கொஞ்ச நேரம் நீ பேசாம இரு. நித்யாவுக்கு நாங்க செஞ்சது அநியாயம். நியாயமா நாங்க செய்ய வேண்டியதை அவங்க செய்ய முன் வந்திருக்காங்க. இப்பவும் நீ இப்படி வந்தவங்க கிட்ட கடுமையா பேசறதுக்கு நான் அனுமதிக்க மாட்டேன். சார் நீங்க மேல சொல்லுங்க.."

"ஆமா சார். நித்யா இப்படி இத்தனை வருஷமா அவளுக்கு ன்னு ஒரு வாழ்க்கை இல்லாம தனியாவே இருந்துட்டா. இனிமேலும் அவ இப்படி தனியா இருக்கிறத எங்களால அனுமதிக்க முடியாது. அதனால அவளுக்கு ஒரு நல்ல வாழ்க்கைய அமைச்சு தரணும் னு நாங்க முடிவு பண்ணிருக்கோம். எங்களுக்கு தெரிஞ்ச ஒரு நல்ல மாப்பிள்ளய பார்த்திருக்கோம். அவங்க

தரப்பில எல்லாரும் சம்மதம் சொல்லிட்டாங்க. நித்யாவும் மனப்பூர்வமா சம்மதம் சொல்லிட்டா. அது தான் உங்க சம்மதத்தையும் கேட்டுப் போகலாம் னு வந்திருக்கோம்.."

ராகவ் சொல்லி முடித்தவுடன்..

"இதுக்கு நான் கண்டிப்பா ஒத்துக்க மாட்டேன்.."

அதற்குள் கணேஷ் கோபத்துடன் தன் தாயைப் பார்த்து கேட்டான்..

"அம்மா, நான் ஒண்ணு கேக்கறேன். அதுக்கு பதில் சொல்லுங்க. இதை நான் சொல்லக்கூடாது. ஆனா நீங்க சொல்ல வைக்கிறீங்க. இப்ப இதுவே நித்யா அண்ணி இடத்தில நம்ம ஷாலு இருந்தா என்ன செய்வீங்க?.. உடனே கல்யாணத்துக்கு ஒத்துப்பீங்க ல்ல?.. அதென்ன உங்க பொண்ணுக்கு ன்னா ஒரு நியாயம், மருமகளுக்கு ன்னா ஒரு நியாயமா ம்மா?.."

"பார்வதி, இவ்வளவு நாள் நீ சொல்றத நாங்க கேட்டோம். இனிமே நாங்க சொல்றத நீ கேட்டுத் தான் ஆகணும். அந்த பொண்ணுக்கு இத்தனை வருஷம் கழிச்சு ஒரு நல்லது நடக்கப் போகுது. நீ பேசாம உள்ள போ. உனக்கு பிடிச்சா எங்களோட நீயும் கல்யாணத்துக்கு வந்து பொண்ணு மாப்பிள்ளைய ஆசிர்வாதம் பண்ணு. இல்லையா, நீ வீட்லயே இரு. நாங்க போயிட்டு வர்றோம்.."

"அதெல்லாம் இல்ல ங்க.." என்று சொல்ல வந்தவளை இடைமறித்து..

"பார்வதி, நீ இப்ப உள்ளே போப்போறியா இல்லியா?.." இவ்வளவு நாட்களாக தேக்கி வைத்திருந்த கோவத்தை ஒட்டுமொத்தமாக தன் மனைவியிடம் காட்டினார் அந்த பெரியவர்.

"க்கும்.. என்னமோ செஞ்சிட்டு போங்க.." என்று முனங்கியபடி முகத்தை திருப்பிக் கொண்டு உள்ளே சென்று விட்டாள் அந்த அம்மாள்.

"தம்பி, நீங்க ஆக வேண்டிய வேலையைப் பாருங்க. நீங்க எல்லாரும் சேர்ந்து நித்யாவுக்கு இப்படி ஒரு நல்லது பண்றதைப் பார்க்கிறப்ப ரொம்ப சந்தோஷமாவும் பெருமையாவும் இருக்கு. நீங்க எல்லாரும் ரொம்ப நல்லா இருக்கணும் தம்பி. நீங்க கல்யாண தேதி குறிச்சிட்டு சொல்லுங்க. கண்டிப்பா நாங்க கல்யாணத்துக்கு வர்றோம்.."

"ரொம்ப நன்றி சார். நாங்க தேதி குறிச்சிட்டு சொல்றோம். ரொம்ப தேங்க்ஸ் சார். நாங்க பேச வந்ததை நீங்களும் உங்க மகனும் சேர்ந்து பேசிட்டீங்க. இந்த அளவுக்கு நீங்க ரெண்டு பேரும் சப்போர்ட் பண்ணுவீங்க ன்னு நாங்க கொஞ்சம் கூட எதிர்பார்க்கல்ல. நாங்க வந்த வேலை கொஞ்சம் சுலபமாவ முடிஞ்சிருச்சி. அதுக்கு உங்களுக்கு நன்றி சொல்லணும். கணேஷ், உங்களுக்கும் ரொம்ப தேங்க்ஸ்.."

"அய்யோ, என்ன தம்பி இது?.. நியாயமா இதெல்லாம் நாங்க செஞ்சிருக்கணும். எங்களுக்கு நீங்க தேங்க்ஸ் சொல்றீங்க.. நித்யா, நீ நல்லா இருக்கணும் மா. அது தான் ரொம்ப முக்கியம்.." என்று உணர்ச்சி பொங்க கூறினார்.

"என்னை ஆசிர்வாதம் பண்ணுங்க மாமா.." என்று நித்யாவும் உடனே காலில் விழுந்தாள்.

"நல்லா இரும்மா.." என்று மனதார ஆசிர்வாதம் செய்தார்.

அனைவரும் அங்கிருந்து மனநிறைவுடன் கிளம்பினர்.

உடனே மளமளவென்று வேலைகளை கவனிக்க ஆரம்பித்தனர்.

மறுநாளே காயத்ரியின் மாமனார், மாமியார் மற்றும் குடும்பத்தினர் அனைவரும் மாப்பிள்ளை கவுதம் உடன் வந்தனர். நிச்சயதார்த்தம் நடத்தினர். இனியும் தாமதம்

வேண்டாம் என்று நினைத்து, அந்த வாரத்தின் ஞாயிற்றுக்கிழமை அன்று திருமணத்திற்கு நாள் குறித்தனர். கோவிலில் எளிமையாக திருமணத்தை நடத்துவது என்று பேசி முடிவு எடுத்தனர். மதிய விருந்துக்கு பக்கத்தில் உள்ள ஒரு மெஸ்ஸில் ஏற்பாடு செய்யப்பட்டது.

திருமண நாளும் வந்தது. முகூர்த்தத்திற்கு ஒரு மணிநேரம் முன்பாகவே நித்யா வீட்டில் இருந்து அனைவரும் வந்து விட்டனர். கோவிலில் வைத்து நண்பர்கள் சூழ, கவுதம், நித்யா கழுத்தில் தாலி கட்டினான். பின்னர் அனைவரும் சேர்ந்து விருந்துக்கு சென்றனர்.

அனைவரும் வந்து அமர்ந்தனர். திலீபனும் அவன் மனைவி நேத்ராவும் மட்டும் இன்னும் வரவில்லை. உடனே நித்யா..

"இருங்க எல்லாரும். திலீபனும் நேத்ராவும் வரட்டும். சேர்ந்து சாப்பிடலாம்.." என்று கூறவும்..

அதற்குள் அதைக் கேட்டுக் கொண்டிருந்த பார்வதி அம்மாள்..

"ஆனாலும் ரொம்பத்தான் பண்றாங்க எல்லாரும்.. ஃப்ரண்ட்ஸ், ஃப்ரண்ட்ஸ் ன்னுட்டு. பெரிய்ய நட்பு, அப்படி என்ன தான் இருக்கோ அதில நட்பு, நட்பு ன்னு, அலட்டிக்கிறாங்க ப்பா.. தாங்க முடியல.."

இப்படி சொல்லவும், அபிமனுக்கு கோவம் வந்து விட்டது.

"அது என்னங்க நீங்க அவ்வளவு அலட்சியமா பேசறீங்க?.. நட்புன்னா என்னன்னு உங்களுக்கு தெரியுமா?.. நாங்க எல்லாரும் அந்த நட்புக்காக, நண்பர்களுக்காக என்ன வேணும்னாலும் செய்வோம். ஒருத்தருக்கு ஒரு பிரச்சினை ன்னா, உடனே எல்லாரும் ஓடி போவோம். இந்த காலத்தில, உறவுகள் ல கூட, ஏன் ஒரு சில வீட்ல, கூடப்பொறந்தவங்க கூட ஒருத்தரோட வளர்ச்சியைப் பார்த்து, இன்னொருத்தர் பொறாமைப் பட்றாங்க. ஆனா நாங்க நண்பர்கள் அப்படி கிடையாது. ஒருத்தர் வாழ்க்கையில முன்னேறினா, அது

நம்மோட முன்னேற்றமா நினைச்சு எல்லாருமே சந்தோஷப்படுவோம். அதுவே ஒருத்தர் வாழ்க்கையில பிரச்சினை வந்தா, அது தன்னோட பிரச்சினையா நினைச்சு, எல்லாரும் சேர்ந்து சரி செய்வோம். நண்பர்களோட அருமை உங்களுக்கு எப்படி தெரியப்போகுது?.. நண்பர்கள் இருக்கிறவங்களுக்கு தான் அந்த நட்போட அருமை தெரியும். இவ்வளவு ஏன்?.. உங்களுக்கு ஃபிரண்ட்ஸ் னு யாராவது இருந்திருந்தா இப்படி சுயநலமா இருந்திருக்க மாட்டீங்க. நித்யாவுக்கு எப்போவோ கல்யாணம் பண்ணி வச்சிருப்பீங்க.."

அனைவரும் அபிமனை ஆச்சர்யத்துடன் பார்த்துக் கொண்டு இருந்தனர். இவன் பேசிக் கொண்டு இருக்கும் போதே திலீபனும் நேத்ராவும் வந்து விட்டனர்.

"டேய் அபிமன், கூல் டா. ரிலாக்ஸ். இந்தா கொஞ்சம் தண்ணி குடி.." என்று அவனுடைய கோவத்தை குறைப்பதற்கு தண்ணீர் பாட்டிலை கொடுத்து குடிக்கச் சொன்னாள் நித்யா.

பார்வதி அம்மாளோ பொரிந்து தள்ளிய அபிமனைக் கண்டு வாயடைத்துப் போய் நின்றிருந்தாள்.

இறுதி பாகம்

நட்பைப் பற்றியும் நண்பர்களைப் பற்றியும் அலட்சியமாகவும் புரிந்து கொள்ளாமலும், பார்வதி அம்மாள் பேசியதைக் கேட்ட அபிமன் மிகவும் கோவமாகி விட்டான். நட்பின் அருமையையும் பெருமையையும் அந்த அம்மாவுக்கு நன்கு புரியும் படி படபடவென்று பொரிந்து தள்ளி விட்டான். அவன் பேசியதில் அவரும் வாயடைத்துப் போய் கப்சிப் ஆகி விட்டார்.

அபிமன் இந்த அளவுக்கு கோபப்பட்டு இதுவரை யாரும் பார்த்ததேயில்லை. அனைவரும் அவனருகே வந்து அவனை சமாதானம் செய்தார்கள். அவனுடைய பேச்சுக்காக அவனை பாராட்டவும் செய்தார்கள்.

கவுதமும் அவர்களுடனே கலந்து கொண்டான். அன்று தான் திருமணம் நடந்திருந்தால் நித்யாவுக்கும் கவுதமுக்கும் என்று ஒரு தனி அறையை ஒதுக்க முற்பட்டார்கள். ஆனால் இருவரும் மறுத்து விட்டனர்.

"உங்க நண்பர்கள் க்ரூப் பில் என்னையும் சேர்த்துக்கங்க பாஸ் ப்ளீஸ். கொஞ்ச நாள் நானும் நித்யாவும் உங்களோட இங்கயே தங்கிக்கிறோம். புதுசா கல்யாணம் ஆனவங்க ன்னு எங்களை துரத்தி விட்ராதீங்க பாஸ்.." என்று கவுதம் சிரித்துக் கொண்டே ராகவ் இடம் சொன்னான்.

"ஓகே பாஸ். உங்களுக்கு இல்லாத இடமா?.. தாராளமா இருங்க பாஸ்.." என்று ராகவ் சொல்லவும் அனைவரும் சிரித்து விட்டனர்.

சொல்லப்போனால் அங்கு செந்தில், கல்பனாவின் கணவன், காயத்ரியின் கணவன் என்று அனைவருமே நண்பர்களுடன் நண்பர்களாக ஒன்றி விட்டனர். முதலில் அவர்களை 'சார்' என்று தான் அழைத்தனர்.

"ஏன் இப்படி எங்களை சார் சார்னு கூப்புட்றீங்க?.. ஜஸ்ட் எங்கள எங்க பேர் சொல்லியே கூப்டலாம.." என்று காயத்ரியின் கணவன் சொல்லவும்..

"அதெப்படி, என்ன இருந்தாலும் நீங்க எங்களை விட சீனியர்ஸ் இல்லியா?.." என்று சரவணன் சொன்னான்.

"உங்களை விட எங்களுக்கு ஒரு ரெண்டு அல்லது மூணு வயசு அதிகமா இருக்குமா?.. அதுக்காக எங்கள 'பெருசுங்க' லிஸ்ட் ல சேர்த்துராதீங்க பாஸ்.." என்று அவர்கள் கூறினர்.

அதனால் அனைவரும் ஒருவருக்கொருவர் நன்றாகவே பழகிக் கொண்டனர்.

அன்று வியாழக்கிழமை. சமையலுக்கு ஆள் இருந்தாலும் அடுப்படியில் பெண்களும் சேர்ந்து தான் வேலை பார்த்தனர். அன்று மதிய உணவுக்கு பிரியாணி செய்வதாக திட்டம்.. காயத்ரி, தான் புது விதமாக செய்வதாக சொல்லி, மற்ற அனைவரும் உதவி செய்ய, அடுப்பில் அவளே தான் முன்னின்று செய்தாள். மசாலா வகைகளை ஒருவர் அரைக்க, வெங்காயம் தக்காளி ஒருவர் வெட்ட என்று வேலைகளை பிரித்துக் கொண்டனர். சிக்கன் கிரேவி செய்யும் பொறுப்பை தாரிகா எடுத்துக் கொண்டாள்.

ஆண்கள் அனைவரும் தங்கள் வேலையை வீட்டில் இருந்தே பார்த்துக் கொண்டு இருந்தனர். ஒவ்வொருவரும் கையில் லாப்டாப் வைத்துக் கொண்டு ஒவ்வொரு இடத்தில் அமர்ந்து இருந்தனர். கல்பனாவும் தன் வேலையை வீட்டில் இருந்தே பார்த்துக் கொண்டு இருந்தாள். சமையல் அறையில் இருந்து பிரியாணி வாசனை மூக்கைத் துளைத்தது.

மதியம் அனைவரும் சேர்ந்து இரசித்து சாப்பிட்டனர்.

"நான் செய்ற தம் பிரியாணி சூப்பரா இருக்கும் தெரியுமா?.." திவாகர் சொன்னான்.

"அதெல்லாம் பேச்சில இருந்தா பத்தாது டா. செய்யணும். அப்ப தான் நாங்க நம்புவோம். இல்லையா டி?.. நீங்க என்ன சொல்றீங்க?.." காயத்ரி சொல்ல..

"ஆமா பின்ன சும்மா வாயால வடையை சுட்டா எப்படி?.." என்று தோழிகள் அனைவரும் அவளுக்கு ஒத்து ஊதின்ர்கள்.

"இதென்ன பிரமாதம்?.. செஞ்சிட்டா போச்சு. நீங்க என்னடா சொல்றீங்க?.."

"ஆமாடா திவாகர். சவால் னு வந்தாச்சு. ஒரு கை பார்த்துருவோம். சும்மா அசத்திருவோம் டா.."

அனைவரும் ஒருமித்து சொல்லவும்..

"ஓகே, அப்ப பார்த்துருவோம். அடுத்த ஞாயிற்றுக்கிழமை நீங்க செய்யப் போறீங்க. உங்க தம் பிரியாணி எப்படி இருக்கு ன்னு பார்ப்போம்.." என்று காயத்ரி கூறினாள்.

சொன்னது போலவே அடுத்த வாரம் ஞாயிற்றுக்கிழமை அன்று தோழர்கள் அனைவரும் சமையல் அறையில் இணைந்து வேலை பார்த்தார்கள். ஒவ்வொருவரும் ஒவ்வொரு வேலையை பகிர்ந்து கொண்டனர். மட்டன் சுக்கா செய்யும் பொறுப்பை சரவணன் ஏற்றுக் கொண்டான்.

சீக்கிரமாகவே சமையலை முடித்து வெளியே வந்தனர்.

"பரவாயில்லியே, வேகமா வேலைய முடிச்சிட்டீங்க?.. ம்ம் வாசனையும் நல்லா தான் வருது பார்ப்போம் எப்படி இருக்கு ன்னு.."

மதியம் அனைவரும் சாப்பிட உட்கார்ந்தனர். ஆண்கள் அனைவரும் பெண்கள் முகத்தையே பார்த்துக் கொண்டு இருந்தனர், தீர்ப்பு சொல்லப்போகும் நீதிபதிகளாக அவர்களை நினைத்து.

ஒரு வாய் சாப்பிட்டவுடன் அனைவரின் முகமும் மாறியது. உடனே திவாகர் பதறி விட்டான். அவன் முகம் வாடி விட்டது.

"என்னடி நல்லா இல்லையா?.." காயத்ரியை பார்த்து கேட்டான்.

தோழிகள் அனைவரும் ஒருவர் முகத்தை ஒருவர் பார்த்துக் கொண்டனர். அனைவரும் சேர்ந்து கோரஸாக..

"சூப்பரா இருக்கு தம் பிரியாணி..." என்று சொன்னவுடன் நிம்மதி ஆனான் திவாகர்.

"உண்மையாவ பிரியாணி இவ்வளவு நல்லா இருக்கும் னு நாங்க எதிர்பார்க்கவ இல்ல. அவ்ளோ நல்லா இருக்கு. நாங்களே செஞ்சிருந்தா கூட இவ்ளோ நல்லா வந்திருக்காது டா. சும்மா சொல்லக்கூடாது. அசத்திட்டீங்க டா.." தாரிகா கூறினாள்.

"ரொம்ப புகழாதீங்க டி.." என்று கொஞ்சம் கூச்சத்துடன் கூறினான் திவாகர்.

"நிஜமாவ ரொம்ப நல்லாருக்கு டா திவாகர்.." அபிமனும் கூறினான்.

இப்படியே இரண்டு மாதங்கள் முடியப் போகும் நிலையில் சீனியர்ஸ் அனைவரும் ஊருக்கு கிளம்பினார்கள். கவுதமும் வேலை இருபதால் நித்யாவை பிறகு வரலாம் என்று கூறிவிட்டு கிளம்பினான். செந்தில் மட்டும் ஒரு வாரம் தன் வீட்டிற்கு போய்விட்டு மீண்டும் வந்து விட்டான்.

தினமும் ஆட்டம் பாட்டம் கொண்டாட்டம் என்று நாட்கள் ஜாலியாகவும் குஷியாகவும் நகர்ந்தன.

அன்று ஒரு நாள் காலையில் இருந்தே அபிமன் கொஞ்சம் சோர்வாக இருந்தான். சரியாக சாப்பிடவும் இல்லை. சிறிது நேரத்தில் காய்ச்சல் அடிக்க ஆரம்பித்தது. அனைவருக்கும் பயம் ஆகி விட்டது. மருத்துவமனை அழைத்துச் சென்றார்கள். மருத்துவர் ஒரு ஊசி மட்டும் போட்டு விட்டு மருந்து கொடுத்தார். பயப்படும் படியான பிரச்சினை ஒன்றும் இல்லை என்று கூறினார். பிறகு தான் நண்பர்கள் அனைவரும் நிம்மதி ஆனார்கள்.

ஆனால் அபிமன் அன்று முழுவதும் சரியாக சாப்பிடவும் செய்யாமல் சோர்வாகவே படுத்து இருந்தான்.

மறுநாள் காலை ஐந்து மணிக்கே அவனுடைய அறையில் இருந்து நிரோஷனா வின் அழுகுரல் கேட்டது. அனைவரும் பதறி அடித்துக் கொண்டு ஓடினர்.

அபிமன் மீண்டு வர முடியாத நீண்ட நித்திரைக்கு சென்றிருந்தான். தன் குடும்பத்தை விட்டு, நண்பர்களை விட்டு, திரும்பி வர முடியாத இடத்திற்கு சென்று விட்டான். அவனைப் பார்த்தால் தூங்குபவனைப் போலத்தான் இருந்தது. அனைவரும் வேதனையுடனும் கலக்கத்துடனும் அமைதியாக நின்றிருந்தனர். நிரோஷனாவும் சிறிது நேரம் அழுது விட்டு அமைதியாகி விட்டாள். அவளைப் பொறுத்தவரை நோயால் மிகவும் அவதிப்படாமல் தன் கணவனின் உயிர் பிரிந்ததை நினைத்து அவளுக்கு கொஞ்சம் ஆறுதலாகவே இருந்தது.

அனைவரும் சேர்ந்து, ஆகவேண்டிய காரியங்களை கவனித்தனர். எல்லாவற்றையும் முடித்து வீட்டுக்கு வந்தனர். நிரோஷனா அவர்களிடம் ஒரு கடிதத்தை கொடுத்தாள்.

"இந்தாங்க ராகவ், அபிமன் இதை உங்க கிட்ட கொடுக்கச் சொன்னாரு. ரெண்டு நாள் முன்னாடியே எழுதி வச்சிட்டார் போல. என் கிட்ட நேத்து நைட்டு தான் கொடுத்தாரு. சாகப் போறோம் னு அவருக்கு தெரிஞ்சிருச்சு போல. படிச்சு பாருங்க. இது உங்க எல்லாருக்காகவும் தான் கொடுத்தாரு. நான் படிக்கல. எனக்கு ன்னு தனியா ஒரு லெட்டர் வச்சிருந்தாரு.."

ராகவன் அந்த கடிதத்தில் இருந்ததை அனைவருக்கும் கேட்கிற மாதிரி சத்தமாக படித்தான்..

"ஹாய் ஃப்ரண்ட்ஸ், நான் உங்க அபிமன் பேசறேன். எனக்காக நீங்க யாரும் வருத்தப்படக்கூடாது. நான் ரொம்ப சந்தோஷமா இருக்கேன். நான் கொஞ்சம் கூட எதிர்பார்க்காத அளவுக்கு நீங்க எனக்கு பெரிய சர்ப்ரைஸ் குடுத்துட்டீங்க. நீங்க எல்லாரும் எனக்கு நண்பர்களா கிடைக்க நான் ரொம்ப குடுத்து வச்சிருக்கணும். ரெண்டு நாளாவே
என் மனசு சொல்லிட்டே இருந்துச்சு, நான் போயிரப்போறேன் னு. ஆனா அதில எனக்கு கொஞ்சம் கூட கவலை கிடையாது. என் மனசு பூராவும் ஆனந்தத்தில நிறைஞ்சு இருக்கு. இந்த மூணு மாசம் நான் மகிழ்ச்சியா இருந்தது போல என் வாழ்க்கையில இதுக்கு முன்னாடி நான் இருந்தது இல்ல. என்ன, என் மனைவியையும் மகளையும் ரொம்ப சின்ன வயசுல விட்டுட்டு போறோம் னு தான் ஒரு வருத்தம் இருந்தது. ஆனா இப்ப அந்த கவலையும் எனக்கு இல்ல. நீங்க எல்லாரும் பார்த்துப்பீங்க ன்ற நம்பிக்கை எனக்கு வந்திருச்சு. ஒரு ரெண்டு அல்லது மூணு வருஷம் போனப்புறம், என் மனைவி இந்த வேதனையில இருந்து வெளியே வந்ததுக்கு அப்புறம், அவளுக்கு விருப்பம் இருந்தா, நீங்க எல்லாரும் சேர்ந்து அவளுக்கு ஒரு கல்யாணம் பண்ணி வைக்கணும் னு ஆசைப்படறேன். அவளும் அதை ஏத்துக்குவா ன்னு தான் நினைக்கிறேன். மத்தபடி எனக்கு வேற ஒன்னும் இல்ல. நீங்க எல்லாரும் நல்லா இருக்கணும். எப்பவும் இப்படியே இருக்கணும்.

'நட்பன்னா என்ன சும்மாவா'..

குட்பை ஃப்ரண்ட்ஸ்.

கடிதத்தை படித்து முடித்தான் ராகவ். அனைவரும் அமைதியாக மனம் முழுவதும் ஒரு விதமான பாரத்துடன் இருந்தனர்.

அனைத்து வேலைகளையும் முடித்துக் கொண்டு அவரவர் வீட்டிற்கு புறப்பட்டுச் சென்றனர். அனைவரது கண்களிலும் கண்ணீர் துளிகள்.

இவ்வுலகில் இருக்கும் வரை அவர்களின் நட்பு என்றென்றும் தொடரும்..

முற்றும்.